यशवंत विद्यार्थ्यांसाठी

।। कृष्ण नवनीत ।।

यशवंत विद्यार्थ्यांसाठी

।। कृष्ण नवनीत ।।

लेखिका

सौ. भावना अशोक बढे

पुद्दुचेरी.

भावानुवाद

श्री. अरविंद चांदोरकर

नागपुर.

प्रथम आवृत्ती: विजयादशमी २०१७.

प्रकाशक
Midam Foundation
Midam Ashram, RS No. 144/5, Earraikkarai Road,
Kothapurinatham Village,
Puducherry 605102.

संपर्क : अरविंद चांदोरकर ८२७५७५५१७२
नागपूर

मुद्रक : नारायण ऑफसेट वर्क्स प्रा. लि., नागपूर

प्रस्तावना

भारतीय स्टेट बँकेतील एक कर्तव्यदक्ष निवृत्त अधिकारी श्री. अरविंदराव चांदोरकर हे भगवद्गीतेवरील एक टंकमुद्रित स्वलिखित पुस्तिका घेऊन माझ्याकडे आले तेव्हा मला थोडं आश्चर्य वाटले. ते माझे जवळचे आप्त असले तरी त्यांच्या आध्यात्मिक अभिरुचीची मला कल्पना नव्हती. त्यामुळे मी काहीशा कुतूहलानं हे लिखाण वाचलं. संपूर्ण वाचनानंतर माझ्या लक्षात आलं की भगवद्गीतेचा परिचय, परामर्ष घेण्यासाठी 'प्रा.' किंवा 'डॉ.' या पदव्यांची अनिवार्यता नाही. ज्याच्या मनात भारतीय तत्त्वज्ञानाची ओढ आहे, जो अभ्यासू आहे, ज्याच्या ठिकाणी सूक्ष्म, तीक्ष्ण आकलनशक्ती आहे असा अरविंदरावांसारखा समाजसेवकही गीतेचं यथार्थ सादरीकरण करू शकतो.

हे भाष्यावरील लघुभाष्य आहे. म्हणजे असे की सौ. भावनाताई बढे यांनी 'कृष्णाज बटर' नावाने, विद्यार्थ्यांसाठी गीतेवर इंग्लीशमध्ये स्पष्टीकरणात्मक टीका लिहिली. त्या टीकेचा भावानुवाद अरविंदरावांनी केला. हा भावानुवाद सुलभ आहे, बाळबोध नाही. भावानुवाद आणि भाषांतर यात अंतर आहे. भावानुवादात लेखकाला प्रतिभेचं स्वातंत्र्य घेता येतं. भाषांतरात ते घेता येत नाही. भाषांतर fDy"V किंवा रूक्ष होण्याचा धोका असतो. म्हणून भाषांतराची मौलिकता कमी होते असं नाही. गीतेवरील अशा मौलिक भाषांतरात आचार्य विनोबांची 'गीताई' ही एकमेवाद्वितीय आहे.

चांदोरकरांनी भावानुवादाचा मार्ग यासाठी स्वीकारला की त्यांना मूळ गीतेतील ज्ञान सामान्यातल्या सामान्य विद्यार्थ्यांपर्यंत पोहोचवायचं होतं. मूळ गीतेचा संदेश विद्यार्थ्यांनी दैनंदिन जीवनात आचारायला हवा होता. श्रीमती बढे यांचे योगदान मान्य करूनही श्री. चांदोरकरांचे स्वतंत्र योगदान अधोरेखांकित करावे इतका हा भावानुवाद सरस झालाय.

विद्यार्थ्यांना गीतेसारख्या गहन ग्रंथाविषयी रुची निर्माण होण्यासाठी आवश्यकता होती ती गीतेच्या अनेक श्लोकांपैकी नेमके श्लोक निवडण्याची. श्रीमती भावनाताई बढे यांनी ते निवडले. त्या निवडक श्लोकांची पानापानातून अरविंदरावांनी अशी मांडणी केली की माध्यमिक शाळेतील, महाविद्यालयातील विद्यार्थ्यांना ते चट्कन उमगतात. संस्कृत श्लोक, त्याचा मराठी अर्थ हे तर आहेच,

पण तो अर्थ अशा पद्धतीने समजावून सांगितला की विद्यार्थ्यांवर संस्कार व्हावेत. उदा. मृत्यू हा शेवट नसतो. आत्म्याचा अखंड प्रवास हे वाक्य किशोरवयात बिंबले की मृत्यूचं भय कमी होतं. कोणतेही कर्तव्य परतफेडीच्या लालसेने करू नये हे असेच संस्कारवचन. संकटाच्या वेळी काही लोक पळ काढतात तसे बरेचसे लोक धावूनही येतात. उदा. इ.स. २०१६ मधील चेन्नईतील अतिवृष्टी. म्हणजे विद्यार्थ्यांना सकारात्मक शिकवण, ती सुद्धा त्यांच्या पाहण्यातल्या दृष्टांताच्या द्वारे! या पुस्तकातील अकरावा अध्याय तर आदर्श विद्यार्थी घडवण्यासाठीच लिहिलेला. तेराव्या अध्यायात, सतर्कता असली तर अकस्मात येणाऱ्या कोणत्याही संकटाला तोंड देता येते हा आशावाद चेंडूखेळाच्या दृष्टांताने शिकवला. अटीतटीच्या, कसोटीच्या क्षणी शांतचित्त असावे हाही असाच एक विधायक संदेश. या भावानुवादात विद्यार्थी आणि पालक या दोघांनाही निर्णयस्वातंत्र्याचे महत्त्व पटवून दिले.

भगवद्गीता, गीताभाष्ये, भाष्यांवर भाष्ये यांचा प्रचंड ग्रंथसंग्रह मराठीत आहे. समाजाने पिढ्यानपिढ्या त्याचा लाभही घेतला. पण केवळ विद्यार्थ्यांना डोळ्यापुढे ठेवून केलेले असे रसाळ भावानुवादी भाष्य अपवादानेच बघायला मिळते. या भावानुवादाची महत्ता श्रीमती भावनाताई बढे अधिकारवाणीने सांगू शकतील. माझ्या डोळ्यांसमोर मूळ पुस्तक नाही. अनेक समर्पक चित्रांनी सजलेले प्रस्तुत भाष्य आहे. त्या भाष्यावरूनही अनुवादकर्त्याचे अभिनंदन करण्यात अडचण नसावी.

गणेश चतुर्थी
२५ ऑगस्ट २०१७

डॉ. वि. स. जोग
मांडवी, हिंदुस्तान कॉलोनी,
वर्धा मार्ग, नागपुर ४४००१५.
दूरध्वनी: ०७१२-२२५२८४२.

अभिप्राय

एका आजीने आपल्या नातवंडांना रंगवून रंगवून गोष्टी सांगाव्यात इतक्या लीलये लेखिका सौ. भावना बढे यांनी भगवदगीते सारखा गहन विषय विद्यार्थ्यांसाठी सोपा करून सांगण्याचा प्रयत्न केला. मुळात सातशे श्लोकांची ही भगवदगीता. ती सामान्यतः चाळीशीनंतर अभ्यासली जाते तिचा उपयोग विद्यार्थ्यांसाठी होऊ शकतो ही कल्पना सुंदर आहे. सोप्या शब्दात लेखिकेने निवडक शंभर श्लोकांतून विद्यार्थ्यांनी याचा कसा उपयोग करावा हे स्पष्ट केले. गीतेचा मुख्य संदेश आहे, शिका – शिकवा व तसे आचरण करा. म्हणजेच अर्जुनासारखे आदर्श व्हा, हे लोकांना शिकवा अन तसेच आचरणही करा हा एक सुंदर संदेश गुरु आणि शिष्य या नात्याला कसा बळकटी देणारा आहे हे लेखिकेने नमूद केले आहे.

भावनांचा उद्रेक झालेल्या अवस्थेतील, मानसिक अवसाद स्थितीतील अर्जुना सारखा लढवय्या विद्यार्थीदेखील चांगल्या गुरूच्या मार्गदर्शनाने स्वतःस पुनःश्च सावरून, आपल्या आंतरिक शक्तीला पुन्हा योग्य दिशेने कसे नेऊ शकतो याचे सुंदर प्रगटीकरण लेखिकेने चपखल अशा श्लोकांच्या माध्यमाद्वारे त्यांचे सटीक असे स्पष्टीकरण देऊन केले. पूर्णतः अनासक्त राहून सर्वोत्तम कर्तव्यपूर्ती करण्यासाठी समर्पित होणे हा कर्मयोग विद्यार्थ्यांसाठी सांगितला. विद्यार्थ्यांनी शारीरिक क्षमता वाढविताना हे ध्यानात ठेवणे आवश्यक आहे की इंद्रियांहून श्रेष्ठ मन, मनाहून श्रेष्ठ जागृत बुद्धी, जागृत बुद्धीहून श्रेष्ठ चिरंजीवी आत्मतत्त्व आहे. त्या दिशेने आपली वाटचाल ठेवावी.

वैयक्तिक प्रगतीनंतर वैश्विक विद्यार्थी बनणे ही आजची गरज असल्याचे सांगताना ''युक्ताहार विहारस्य युक्तचेष्टस्य कर्मसु'' हा संदेश लेखिकेने विशेष नमूद केला. या सर्व वाटचालीत ईश्वरावर निस्सीम श्रद्धा ठेवून त्या ईश्वरी गुणांची ओळख विद्यार्थ्यांना व्हावी, ही रचना उत्कृष्ट आहे. विद्यार्थ्यांनी आपला स्वाध्याय करताना आपल्यातील सत्व रज तम गुणांना ओळखून आपल्या प्रकृतीनुसार कसे पुढे जावे हे सुंदर नमूद केले. आज समुपदेशक आणि मानसतज्ज्ञ जो सल्ला विद्यार्थ्यांना कॉन्सेलिंग च्या वेळेस देतात तोच सल्ला सोदाहरण गीतेच्या श्लोकांमधून प्रस्तुत केला. या सर्व वाटचालीचे अवलोकन प्रत्येक विद्यार्थ्याने अर्जुनासारखे शेवटी करून मग निर्णय पक्का करून कशी वाटचाल करावी याचे सुरेख वर्णन वाचायला मिळते.

सौ भावनाताई बढे यांचे गुरु श्री मधुसूदन दामले यांच्या मार्गदर्शनाखाली लिहिलेल्या या पुस्तकाचे कौतुक करावे तेवढे कमीच आहे. पुनः एकदा लेखिकेचे मनःपूर्वक अभिनंदन करून हे पुस्तक विद्यार्थ्यांनी एका गुरुकिल्लीच्या माध्यमातून मिळालेल्या या गीता प्रसादाला ग्रहण करावे ही भावना व्यक्त करतो.

श्री. राम मोरेश्वर खांडवे
कार्यवाह योगाभ्यासी मंडळ, रामनगर,
नागपूर.
०६/०८/२०१७.

ऋण निर्देश

Krishna's Butter या इंग्रजी पुस्तकाच्या लेखिका सौ. भावनाताई बढे या माझ्या गुरुभगिनी. एकेदिवशी त्यांचे सुपुत्र श्री सुश्रुत बढे, जे स्वतः एक समर्थ लेखक, कवी आहेत, यांचा दूरध्वनी आला. ते म्हणाले की, ''आईची अशी इच्छा आहे तुम्ही या इंग्रजी पुस्तकाचा अनुवाद करावा. आईचे या बाबत पूज्य श्री दामलेजी यांचेशी बोलणे झाले असून ही सूचना एकप्रकारे त्यांचीच आहे. तुम्ही या कामाची जबाबदारी स्वीकाराल काय?''

क्षणभर काय बोलावे सुचेना. मनात विविध विचार व भावना एकाचवेळी फेर धरू लागले. श्री सद्गुरू व गुरुभगिनी यांनी या कामासाठी माझ्यावर इतका मोठा विश्वास दाखवावा याचा अत्यंत आनंद होत होता. त्याचवेळी ही जबाबदारी मी त्यांच्या अपेक्षेनुसार शतप्रतिशत पार पाडू शकेन का अशी थोडी धाकधुक होती. असे वाटण्यामागे काही कारणे होती. एकतर मी या आधी काहीही लेखन केलेले नव्हते. त्यातून सौ. भावनाताई यांच्या सशक्त इंग्रजी भाषाशैलीतील श्रीमद् भगवद्गीतेसारख्या आध्यात्मिक विषयावरील पुस्तकाचा, त्याचा मूळ गाभा कायम ठेवून भावानुवाद करणे हे माझ्यासारख्या सर्वस्वी नवख्यास आव्हानात्मक होते. परंतु श्री सद्गुरू व सौ. भावनाताई यांनी दाखविलेल्या विश्वासाच्या जोरावर व त्यांच्याच आशीर्वादाने हे पार पाडता येईल असे मनोमन वाटले. या सर्व प्रयत्नात जे जे काही चांगले, उत्तम असेल ते ते सर्वस्वी त्यांच्या कृपेने घडून आलेले असून जे जे काही सामान्य वा कनिष्ठ असेल त्या सर्वांसाठी मी जबाबदार आहे. मला या कार्याचे लायक समजून ही संधी दिल्याबद्दल सर्वप्रथम मी सद्गुरू पु. श्री. दामलेजी आणि गुरुभगिनी सौ. भावनाताई बढे यांचा ऋणी आहे. मी सद्गुरू पु.श्री. दामलेजी यांचा विशेषत्वाने ऋणी आहे. कारण या भावानुवादाचे काम चालू असताना वेळोवेळी त्यांचे अमूल्य व विविधांगी मार्गदर्शन सतत मिळत होते.

कालांतराने भावानुवादाचे प्राथमिक काम पूर्ण झाल्यावर प्रश्न होता प्रस्तावनेचा. याकामी मग डॉ. वि. स. जोग यांना विनंती करण्यासाठी त्यांच्याकडे गेलो. एकूण पार्श्वभूमी सांगून मी विनंती करताच कोणतेही आढेवेढे न घेता त्यांनी माझी ती विनंती पटकन मान्य केली. माझा लेखनाच्या बाबतीतील अनुभवाचा अभाव पाहता भावानुवादातील व्याकरण, टंकलेखन इत्यादी चुका तपासून त्यावर इतर काही आवश्यक साहित्यिक संस्करण करणे पण गरजेचे होते. त्याविषयी कोणाशी संपर्क करावा यासाठी विचारले असता अत्यंत मोठ्या मनाने त्याकामी देखील मी मदत करीन असे त्यांनी सांगितले. या सर्वांसाठी मी त्यांचा ऋणी आहे.

या कार्यास नागपुरातील जनार्दनस्वामी योगाभ्यासी मंडळाचे कार्यवाह श्री राम खांडवेजी, ज्यांनी योगाच्या सर्वंकष प्रसारास स्वतःस समर्पित केलेले आहे, यांचा अभिप्रायरूपी आशीर्वाद मिळावा अशी खूप तीव्र इच्छा होती. त्यानुसार त्यांना तशी विनंती करताच त्यांनी देखील क्षणार्धात संमती दिली. मी त्यांचा अत्यंत ऋणी आहे.

त्या त्या अध्यायामधील शिकवणीविषयी विद्यार्थ्यांना चटकन व सुलभरीत्या कल्पना यावी म्हणून मूळ इंग्रजी प्रतीमध्ये समाविष्ट केलेल्या चित्रकृती तसेच मुखपृष्ठ आणि मलपृष्ठ वरील चित्रकृती या भावानुवादामध्ये देखील वापरण्याची परवानगी त्या त्या चित्रकारांनी दिली त्याबद्दल त्या सर्वांचा मी आभारी आहे.

गीतोपदेशातील अध्यात्म्याचा पाया न हलविता विद्यार्थ्यांना उपयुक्त मार्गदर्शन हा मूळ लेखिकेला अभिप्रेत असलेला उद्देश कायम ठेवून भावानुवाद करीत असताना, विद्यार्थ्यांच्या वयाच्या मानाने कदाचित जास्त वजनदार वाटू शकणारी शब्दयोजना काही काही ठिकाणी करणे अपरिहार्य वाटले. प्रत्यक्षात पाठ शिकविताना जास्त स्पष्टीकरण, विवेचन करून त्या त्या संकल्पना समजावून सांगण्यात अडचण येऊ नये असे वाटते. या कामी मला गोरखपूरच्या गीताप्रेस द्वारे प्रकाशित करण्यात आलेल्या श्रीमद्भगवद्गीता - मूल, पदच्छेद, अन्वयार्थ व सुगमटीपासह (मराठी) या पुस्तकाची खूप मदत झाली हे नम्रपणे नमूद करावयास हवे.

तसेच मूळ इंग्रजी पुस्तकातील रेखाचित्रांमधील इंग्रजी मजकुराच्या जागी मराठी मजकूर समाविष्ट करून देण्याचे किचकट काम आनंदाने करून देणारा माझा पुतण्या- श्री शिरीष चांदोरकर याचा देखील मी अत्यंत आभारी आहे. सर्वात शेवटी वेदिका ग्राफीक्सचे सौ. व श्री. जोगळेकर यांनी या कामी जी मेहनत घेमली त्याबद्दल मी त्यांचा आभारी आहे.

हा प्रथम प्रयास श्री गुरुचरणी समर्पित.

शुभम् भवतु.

अरविंद मार्तंड चांदोरकर
नागपुर, दूरध्वनी:८२७५७५५१७२

अनुक्रमणिका

लेखिकेचे मनोगत

बऱ्याच कालावधीपासून मला अतिशय तीव्र इच्छा होती की श्रीमद्‌भगवद्‌गीतेमधील ज्ञान मुलांपर्यंत पोहोचवावे. मला वाटत होते की, यातील ज्ञान, कुमारवयीन मुलांची समज विचारात घेता त्यांच्या दृष्टीने कदाचित जास्त गहन तर नाही होणार? त्यामुळे मग मी माझे गुरु श्री मधुसूदन दामलेजी यांस गीतेमधील हे ज्ञान, मुलांना सोप्या व सुलभ रीतीने कसे शिकविता येईल याकामी साह्य व मार्गदर्शन करावे अशी विनंती केली. त्यांच्या मार्गदर्शनानुसार मी, माझ्या भोजन अवकाश वेळेत, पुद्दुचेरी स्थित विद्या निकेतन शाळेच्या इयत्ता नववीच्या विद्यार्थ्यांना शिकविण्यास सुरुवात केली. दोन वर्गांना शिकवून झाल्यावर काही विद्यार्थ्यांनी असा आग्रह केला की मी या विषयावर पुस्तक लिहावे. अशा रीतीने या पुस्तकास मूर्तस्वरूप येण्यास सुरुवात झाली. याकामी मी शाळेत पाठ घेण्यासाठी काढलेली टिपणं संस्कारित करून पुस्तक रूपाने आपल्या समोर आणली आहेत.

आधुनिक काळात श्रीमद्‌भगवद्‌गीतेच्या उपयुक्तते व समर्पकते विषयी माझ्या गुरूंनी काय सांगितले आहे ते पाहुया.

''श्रीमद्‌भगवद्‌गीतेमधील सर्व शिकवण/तत्त्वे ही सर्वार्थाने परिपूर्ण असून समाजातील सर्व घटकांनी, समुदायांनी, व्यक्तींनी अंगीकृत करण्यास यथार्थ आहेत. याद्वारे योगी उत्तम योगी बनू शकतो, योद्धा उत्तम योद्धा बनू शकतो, व्यापारी/व्यवसायी उत्तम व्यापारी/ व्यवसायी बनू शकतो, राजकारणी उत्तम राजकारणी बनू शकतो,शिक्षक/आचार्य उत्तम शिक्षक/आचार्य बनू शकतो आणि विद्यार्थी उत्तम विद्यार्थी बनू शकतो.''

श्री दामलेजींच्या छत्रछायेखाली वाढलेले श्री सुश्रुत बढे ह्यांचे 'The Rhythm of Krishna', हे काव्यात्मक गीतेचे पुस्तक, श्री दामलेजींच्या उपदेशातून आकारास आलेले माझे मूळ इंग्रजी पुस्तक 'Krishna's Butter For the Champion Students' आणि श्री दामालेजींचे शिष्य श्री अरविंद चांदोरकर ह्यांचे भावानुदित मराठी पुस्तक ''कृष्ण नवनीत'' हा सर्व केवळ योगायोग नाही तर कृपाप्रसाद आहे असे मी मानते.

*** कृष्ण नवनीत ***

मुलांनो, श्रीमद्भगवद्‌गीता हे असे एक कालातीत पुस्तक आहे जे आपल्याला उत्तम रीतीने जीवन जगण्याची कला व शास्त्र शिकविते. जीवनाप्रती आपण अंगिकारलेला दृष्टिकोन सुयोग्य आहे की नाही हे जाणून घेतले की संपूर्ण जीवनच आमूलाग्र बदलून जाते. श्रीमद्भगवद्‌गीता ही आपल्याला हा बदल घडवून आणण्याच्या कामी सहाय्यक आहे. श्रीमद्भगवद्‌गीतेतील भगवान् श्रीकृष्णाचा आदर्श आपल्याला हे जाणण्यास सहाय्य करतो की आदर्श गुरु/शिक्षक कसा असावा तर अर्जुनात आपल्याला निष्ठावान, प्रामाणिक व ज्ञानग्रहणास उत्सुक असलेला आणि आयुष्याविषयी प्रश्न विचारणारा आदर्श विद्यार्थी दिसतो. भगवान् श्रीकृष्ण त्यांच्या प्रिय शिष्यास असे सांगतात की जीवन जगण्याचा उत्तम मार्ग म्हणजे सर्वोत्तम आणि परिपूर्ण विद्यार्थी बनून राहणे. मुलांनो, आपण सुद्धा जर ह्याच दृष्टिकोन अंगी बाणवला व तसे बनण्याची आस धरून प्रामाणिक प्रयत्न केले तर आपल्या सर्वांचे जीवन निश्चितच आमुलाग्र बदललेले दिसेल.

भावी भारत आजच्या याच पाठशाळांमधून आकारास येणार आहे आणि आजच्या विद्यार्थ्यांचा या राष्ट्रउभारणीच्या कार्यात फार मोठा सहभाग राहणार आहे. श्रीमद्भगवद्‌गीतेतील काही विशिष्ट श्लोक हे त्यांची याबाबतीतील उपयुक्तता लक्षात घेऊन, निवडलेले आहेत. या श्लोकांची निवड करण्यामागे मुख्य उद्देश हा आहे की त्याद्वारे विद्यार्थ्यांना; पालक, शिक्षक, समाज, व एकूणच अखिल जगता बरोबर जीवन व्यतीत करीत असताना व्यवहार्य तत्त्वज्ञान कुठलीही क्लिष्टता न येता समजवावे जेणेकरून ते याचा सहज अंगीकार करू शकतील.

आयुष्य उत्तम रीतीने जगता येण्यास कारणीभूत, व्यक्तीच्या प्रत्येक कार्यामागची प्रेरणा असते. आपल्या गाभाऱ्यातल्या मूळ प्रेरणेशी जुळणाऱ्या रहस्याचे आपल्या बाह्य प्रेरणेत रूपांतर करण्यासाठी आणि त्यानुसार जीवन जगण्यास प्रेरित करण्याची गुरुकिल्ली म्हणजे गीतेतला श्रीकृष्णार्जुन संवाद होय.

माझे सर्व विद्यार्थ्यांस आवाहन आहे की, त्यांनी हा संदेश गीता प्रसाद मानून वाचावा कारण त्यात खरोखरच तुमचे संपूर्ण जीवन आमुलाग्र बदलविण्याची क्षमता आहे. या ठिकाणी हे नमूद करणे अप्रस्तुत होणार नाही की मूळ इंग्रजी पुस्तकात, संस्कृत श्लोकांच्या श्री सुश्रुत बढेकृत इंग्रजी काव्य रुपांतराची मांडणी गेय स्वरुपात करण्याचा प्रयत्न केला आहे म्हणजे ते सुलभरीत्या कळतील.

अर्जुनासारखा आदर्श विद्यार्थी बनण्याची आस बाळगून, भगवान् श्रीकृष्णांनी महाभारतकालीन युद्धाच्या वेळी त्यांच्या शिष्योत्तमास म्हणजे अर्जुनास कथन केलेला उपदेश जाणून घेण्याचा 'प्रण' ज्यांनी केला आहे अशा सर्व विद्यार्थ्यांस माझे हे पुस्तक समर्पित करीत आहे.

सौ. भावना अशोक बढे.
पुद्दुचेरी.

विषय प्रवेश युद्धाचा प्रारंभ

एक लक्ष श्लोकांनी युक्त महाभारत हे संस्कृत महाकाव्य महर्षी वेदव्यासांनी रचले. यामध्ये अठरा पर्व अथवा खंड आहेत. यापैकी भीष्मपर्वामध्ये सातशे श्लोक असलेली श्रीमद्भगवद्गीता समाविष्ट आहे. ही गीता अठरा अध्यायांनी युक्त आहे. कुरुवंशातील पांडव व कौरव ही दोन कुळे हस्तिनापुर (सांप्रत काळातील दिल्ली) जवळील कुरुक्षेत्र या युद्धभूमीवर युद्धासाठी एकमेकांसमोर उभी ठाकली आहेत. सम्राट धृतराष्ट्रांनी सर्व राज्यकारभाराचा उत्तराधिकारी म्हणून स्वतःचा अनेक दुर्गुणांनी युक्त ज्येष्ठ पुत्र दुर्योधन याची निवड न करता, सद्गुणी युधिष्ठिराची, ज्येष्ठ पांडूपुत्राची, निवड केलेली असते. परंतु छल-कपटाने दुर्योधनाने साम्राज्याचे उत्तराधिकारीपद स्वतःकडे घेतले आहे. इतकेच नव्हे तर तत्पश्च्यात विविध आसुरी उपायांनी पांडवांना जीवे मारण्याचे अनेकवेळा प्रयत्न केले. सद्गुणी पांडवांची ईशतत्त्वाच्या कृपेन हानी झाली नाही.

कुरुकुलाचे हितचिंतक, कुरुकुलावर निस्सीम, निरपेक्ष प्रेम करणाऱ्या भगवान श्रीकृष्णांनी स्वतः दुर्योधनास भेटून समेटाचा प्रस्ताव म्हणून संपूर्ण साम्राज्याच्या ऐवजी पाच पांडू पुत्रांना प्रत्येकी एक, अशी फक्त पाच लहान खेडी द्यावीत असे सुचविले जेणेकरून संभाव्य युद्ध-संघर्ष टाळला जाईल. दुर्योधनाने हा प्रस्ताव केवळ फेटाळला असे नाही तर दर्पोक्ती केली की "पाच खेडी तर सोडाच मी या पांडवांना सुईच्या अग्रावर राहू शकेल इतकीही भूमी देणार नाही." परिणामतः कुरुक्षेत्री युद्ध अटळ ठरले. राजे, महाराजे, अग्रगण्य योद्धे, समस्त गुरुजन हे अपरिहार्यपणे या युद्धाचा हिस्सा बनले, दोन पक्षांमध्ये विभागले गेले. स्वतःच्या प्रतिज्ञेने अथवा वचनांनी बद्ध असलेले, कौरव आणि पांडवांस शस्त्रविद्या शिकविणारे गुरु द्रोणाचार्य व भीष्म पितामह, या प्रतिज्ञांची- वचनांची पूर्तता करण्याच्या अपरिहार्यतेने कौरव पक्षात सामील झाले. भगवान श्रीकृष्णांनी सांगितले- मी स्वतः युद्ध करणार नाही परंतु मी आणि माझे सैन्य यापैकी एकाची निवड करण्याची संधी तुम्हास- कौरव व पांडवास- देत आहे. दुर्योधनाने श्रीकृष्णांचे सैन्य मागितले. अर्जुनाने भगवान श्रीकृष्णांची निवड केली. अशा तऱ्हेने भगवान श्रीकृष्ण अर्जुनाच्या रथाचे सारथी बनून पांडव पक्षास प्राप्त झाले.

कुरुक्षेत्री रणभूमीवर महान गीताविष्कारास सुरुवात झाली ती या श्लोकाने ज्यात राजमहालात बसलेले धृतराष्ट्र, दिव्य दृष्टीचे वरदान लाभलेल्या संजयास विचारताहेत:-

धर्मक्षेत्रे कुरुक्षेत्रे समवेता युयुत्सवः।
मामकाः पाण्डवाश्चैव किम कुर्वत सन्जय।।

हे संजया मला सांग धर्मभूमी म्हणून ज्ञात असलेल्या कुरुक्षेत्री युद्धासाठी जमलेल्या माझ्या व पांडूच्या पुत्रांमध्ये काय घडत आहे?

मुलांनो या विषय मांडणी नंतर आपण आता श्रीमद् भगवद्गीता व त्यातील सिध्दांत, वचने व तत्त्वे जाणून घेण्यास सुरुवात करूया. ती सर्व आजही या आधुनिक जीवनात सुद्धा आचरणीय असून तितकीच उपयुक्त आणि समर्पकरीत्या लागू होतात. कुरुक्षेत्री युद्धासाठी जमलेल्या पांडव व कौरवांप्रमाणे आपणा सर्वांना देखील कधी ना कधी आपल्या अंतर्मनातील युद्धास सामोरे जावे लागते. अंतर्मनाचे युद्ध म्हणजे चांगले व वाईट या मधील संघर्ष. या पुस्तकाद्वारे तुम्हाला या अंतर्मनाच्या द्वंद्वात तुमचा जीवनप्रवास योग्य दिशेने नेण्यासाठी मार्गदर्शन निश्चित मिळेल.

★★★★★

पाठ १. अध्याय पहिला

जर आपल्याना एखाद्या समस्येतून मार्ग काढणे जमत नसेल तर शिक्षक, मोठ्या व्यक्ती किंवा आपले विश्वासू मित्र यांचे मार्गदर्शन, मदत मागण्यास आपण जराही संकोच करता कामा नये.

पाठ १. अध्याय पहिला : अर्जुनाचा दु:खावेग

प्रत्यक्ष युद्धास सुरुवात होण्याआधी अर्जुनाने भगवान श्रीकृष्णास त्याचा रथ युद्धभूमीवर जमलेल्या दोन्ही बाजूच्या सैन्याच्या मधोमध नेण्यास सांगितले. त्याला शत्रू पक्षातील सर्व युद्धवीरांवर एकदा नजर फिरवून त्यांची माहिती करून घ्यायची होती जेणेकरून तो स्वतःस त्यानुसार युद्धासाठी तयार करू शकणार होता. भगवान श्रीकृष्णांनी जेव्हा त्याचे सांगण्याप्रमाणे त्याचा रथ तेथे नेऊन उभा केला तेव्हा त्यास शत्रूपक्षात त्याचे मित्र, विविध नातेवाईक, गुरुजन व अन्य आदरणीय वडीलधारी मंडळी उभी असलेली दिसली. जरी त्याला या सर्व परिस्थितीची पूर्वकल्पना होती तरी देखील प्रत्यक्ष रणभूमीवर हे सर्व पाहून अखेरच्या क्षणी त्याला हताशतेने, निराशेने व शोकाने ग्रासले. या निराशेच्या स्थितीत त्यास काळजीने घेरले. त्याच्या हातून त्याचे गांडीव धनुष्य गळून पडले आहे अशी त्याने कल्पना करून घेतली, दु:खी अंतःकरणाने तो एकदम खाली बसला. त्याने भगवान श्रीकृष्णास स्पष्टपणे सांगितले की, आता तो हे युद्ध लढणार नाही.

आपल्याला कधी कधी असे अनुभवास येते की एखाद्या महत्त्वाच्या प्रसंगी – जसे की परीक्षेच्या, क्रीडास्पर्धेच्या किंवा सांस्कृतिक कार्यक्रमाच्या थोड्या आधी, ऐनवेळी – या सर्व प्रसंगात ज्याच्या कडे महत्त्वाची कामगिरी असते त्या व्यक्तीस एकाएकी निराश, हताश वाटू लागते. अर्जुनासही अशाच भावनांनी घेरले. परंतु इतरेजन व अर्जुनाच्या ह्या स्थितीमधे खूप मोठा फरक होता. अर्जुनाच्या या अशा स्थितीमुळे असंख्य योद्ध्यांच्या जीवनमरणाचा प्रश्न निर्माण झाला होता.जीवनात बऱ्याचदा, अत्यंत प्रामाणिक व सर्वोत्तम प्रयत्न करूनही, आपल्याला प्रचंड मोठ्या आव्हानांना, कठीण प्रसंगांना सामोरे जावे लागते. अशावेळी आपल्याला जरी हताश, निराश, हतप्रभ झाल्या सारखे वाटत असले तरी आपण हार मानून प्रयत्न किंवा विहित कार्य/कर्तव्य सोडून देता कामा नये.जर आपल्याला अशा परिस्थितीतून मार्ग काढणे जमत नसेल तर; शिक्षक, मोठ्या व्यक्ती किंवा आपले विश्वासू मित्र यांचे मार्गदर्शन, मदत मागण्यात आपण जराही संकोच करता कामा नये. अर्जुनास हे उमगेना की त्याने आता नेमके काय करणे अपेक्षित आहे कारण तो स्वतःस युद्धासाठी तयार करू शकत नव्हता. म्हणून त्याने ही द्विधा मन:स्थिती, हे दु:ख भगवान श्रीकृष्णाकडे, जे त्याचे मित्र, सखा, बंधू, वडीलधारी व्यक्ती, गुरु व मार्गदर्शक होते, त्यांचे जवळ व्यक्त केले.

हृषीकेशं तदा वाक्यमिदमाह महीपते ।
सेनयोरुभयोर्मध्ये रथं स्थापय मेऽच्युत ।। १-२१।।

हे राजन, तत् पश्च्यात गांडीवधारी अर्जुन हृषीकेश श्रीकृष्णास वदता झाला, हे अच्युता, आपला रथ उभय बाजूंच्या सैन्याच्या मधोमध घेऊन चल.

यावदेतान्निरीक्षेऽहं योद्धुकामानवस्थितान्।
कैर्मया सह योद्धव्यमस्मिन् रणसमुद्यमे ।। १-२२।।

शत्रुपक्षातील योद्ध्यांच्या अवलोकनाने मला कळेल की यापैकी कोणाची काय योग्यता आहे, कोणाकोणा बरोबर मी युद्ध करणे योग्य आहे म्हणून अवलोकन पूर्ण होईतो हा रथ तिथे उभा ठेवावा.

गाण्डीवं स्रंसते हस्तात्त्वक्चैव परिदह्यते ।
न च शक्नोम्यवस्थातुं भ्रमतीव च मे मनः।। १-३०।।

माझ्या हातून गांडीव गळून पडते आहे, सर्वांगी दाह प्रतीत होत आहे. माझे मन भरकटल्यासारखे झाले आहे व मला धड उभे राहणे पण कठीण होते आहे.

एवमुक्त्वार्जुनः सङ्ख्ये रथोपस्थ उपाविशत्।
विसृज्य सशरं चापं शोकसंविग्नमानसः।। १-४७।।

असे म्हणून शोकाकुल व उद्विग्न अवस्थेतील अर्जुन धनुष्य-बाण खाली टाकून रथामध्ये मागील बाजूस जाऊन बसला.

★★★★★

पाठ २. अध्याय दुसरा (भाग १)

प्रत्येकाने हे कायम लक्षात ठेवावयास हवे की त्याने सदैव सत्याची कास धरुन, सत्याचेच बाजूने उभे रहाणे हे त्याचे आद्य कर्तव्य आहे.

पाठ २.अध्याय दुसरा. (भाग १)
भगवान श्रीकृष्णद्वारा शाश्वत सत्य कथन.

श्रीमद्भगवद्गीतेच्या दुसऱ्या अध्यायाच्या सुरुवातीस, युद्धभूमीवर शत्रूपक्ष म्हणून उभे असलेल्या आपल्या भावांना, मेहुण्यांना, पुतण्यांना, भाच्यांना, गुरुजनांना व ऋषितुल्य वडीलधाऱ्यांना पाहून हतप्रभ झालेल्या अर्जुनाच्या स्थितीचे वर्णन आहे.

या ठिकाणी आपल्याला अर्जुनच्या दुःखाचे, हतप्रभ होण्यामागचे कारण जाणून घेणे जरुरी आहे. स्वतःचे सगे-सोयरे यांच्या प्रति असलेल्या भावनांनी त्याच्या बुद्धीला झाकाळून टाकले. भावनाशीलता ही समस्या नसून या भावनावेगाने बुद्धी ग्रासली जाऊन कर्तव्यच्युत होणे ही खरी समस्या आहे. अर्जुन निराशेने ग्रस्त होता. त्यास कोणती कृती योग्य या विषयी संभ्रम असला तरी या कामी आपला सखा, बंधू व मार्गदर्शक भगवान श्रीकृष्ण आपल्याला साह्य करू शकेल हे समजून तशी त्यांच्याकडे मदत मागण्या इतका तो निश्चित सूज्ञ होता. खरोखर भगवान श्रीकृष्णांनी त्यास योग्य ते सहाय्य करून त्याची या परिस्थितीतून सुटका केली.

असहाय्य व संभ्रमित अर्जुनाने भगवान श्रीकृष्णांचा आश्रय घेतला. तो शरणागत, समर्पण भावनेने विनविता झाला, ''हे प्रभो, मला मार्ग दाखवा.'' बऱ्याच जणांची अशी समजूत आहे की ज्ञानी, गुरुजन किंवा वडीलधारी व्यक्तीस नम्रतेने शरण जाणे म्हणजे जणू काही शक्तिशाली शत्रूसच शरण जाण्यासारखे होय. वस्तुतः ही खूप वेगळी स्थिती, गोष्ट असते. खरंतर सूज्ञ, शहाण्या व अनुभवी वडीलधारी व्यक्तीचे छत्र-छायेखाली राहणे यासारखा दुसरा कोणताही आनंद नाही. आपल्या अगदी परिचयाच्या, अभ्यासाच्या बाबतीतील या उदाहरणाने तुम्हाला हे समजणे सोपे जाईल पाहा. एखाद्या विद्यार्थ्यास गणिता मधील एखादे प्रमेय शिकायचे आहे तर त्याने त्या विषयाचे शिक्षकांस, उद्दामपणा न करता समर्पित भावनेने विनंती करायला हवी. एकाग्र होऊन, प्रामाणिकपणे त्याने ते प्रमेय सोडविण्याची पद्धत समजून घ्यायला हवी. असे करण्याऐवजी जर तो गुरुजनाच्या पद्धतींवर टीका करून दोष दाखवू लागला तर त्यास काहीच शिकता येणार नाही, त्याच्या ज्ञानात भर पडणार नाही. त्या गुरुजनांच्या अनुभवाचा, ज्ञानाचा फायदा त्यास होणार नाही. विविध क्षेत्रातील थोर, सर्वोत्तम नेते हे आधी सर्वोत्तम विद्यार्थी होते. संपूर्ण जीवनात सदैव विद्यार्थी बनून रहाण्या इतकी अन्य कुठलीही चांगली गोष्ट नाही.

भगवान श्रीकृष्णांनी अर्जुनास धीर दिला, सांत्वन केले व म्हणाले, "ज्ञानी, सूज्ञ कधी शोक करीत नाहीत कारण ते जाणतात की आत्म्यास क्षय, शेवट नाही. प्रत्येक शरीराचा, देहाचा प्रवास हा बाल्यावस्था, तारुण्य व वृद्धावस्था असा होत शेवटी संपतो. या प्रत्येक शरीरात जो अंतरात्मा निवास करून असतो तो अविनाशी आहे, त्यास मृत्यू अथवा शेवट नाही. हा आत्मा एका शरीराचा त्याग करून दुसरे शरीर धारण करीत असतो जसे की आपण एक वस्त्र जुनाट होताच ते

टाकून नवीन वस्त्र परिधान करतो." भगवान श्रीकृष्ण पुढे अर्जुनास सांगते झाले की "हे अर्जुना तू अजिबात दुःखी होऊ नकोस कारण जो जन्मला त्यास मृत्यू अटळ आहे आणि मृत्युनंतर पुन्हा जन्म असे हे चक्र आहे." श्रीमद्भगवद्गीतेतील हा संदेश अतिशय महत्त्वाचा अशासाठी आहे की एकदा तो मुळापासून उमगला की मग मृत्यूची भीतीच उरत नाही. हे कळून चुकलेले असते की देहाचा मृत्यू हा शेवट नसतो तर आत्म्याच्या अखंड प्रवासातील फक्त एक टप्पा असतो. भगवान श्रीकृष्णांच्या ह्या अनादी रहस्य उद्घाटनास श्रीमद्भगवद्गीतेत ''सांख्ययोग'' म्हणून संबोधलेले आहे.

भगवान श्रीकृष्णांनी अर्जुनास सांगितले की कोणतीही व कशीही परिस्थिती उद्भवो परंतु प्रत्येकाने आपले विहित कर्म, कर्तव्य हे पार पाडलेच पाहिजे. प्रत्येकाने हे कायम लक्षात ठेवावयास हवे की त्याने सदैव सत्याची कास धरून, सत्याच्याच बाजूने उभे राहणे हे त्याचे आद्य कर्तव्य आहे.

★★★★★

कार्पण्यदोषोपहतस्वभावः पृच्छामि त्वां धर्मसम्मूढचेताः।
यच्छ्रेयः स्यान्निश्चितं ब्रूहि तन्मे शिष्यस्तेऽहं शाधि मां त्वां प्रपन्नम्।। २-७।।

भीती व शंकेने ग्रस्त, योग्य अयोग्य काय याचा निर्णय करू न शकण्या इतका संभ्रमित झालेला हा तुमचा शिष्य तुम्हास शरणागत आहे. मला योग्य ते मार्गदर्शन, दिशादर्शन करावे.

श्रीभगवानुवाच

देहिनोऽस्मिन्यथा देहे कौमारं यौवनं जरा ।
तथा देहान्तरप्राप्तिर्धीरस्तत्र न मुह्यति ।। २-१३।।

भगवान श्रीकृष्ण म्हणतातः बाल्य, तारुण्य, वृध्दावस्था व मृत्यू ह्यामानवी देहाच्या अवस्था आहेत, त्यात वास करणाऱ्या आत्म्याच्या नव्हेत. कारण हा देह सोडताच आत्मा नवीन देह धारण करतो.

नासतो विद्यते भावो नाभावो विद्यते सतः।
उभयोरपि दृष्टोऽन्तस्त्वनयोस्तत्त्वदर्शिभिः।।२-१६।।

असत्यास अस्तित्व नाही व सत्य हे निरंतर स्थित, अभावहीन आहे- हे महान तत्त्व, ज्ञानी जाणून असतात.

वासांसि जीर्णानि यथा विहाय नवानि गृह्णाति नरोऽपराणि।
तथा शरीराणि विहाय जीर्णान्यन्यानि संयाति नवानि देही।। २-२२।।

ज्याप्रमाणे मानव जीर्ण झालेल्या वस्त्रांचा त्याग करून नवीन वस्त्र धारण करतो त्याच रीतीने आत्मा जीर्ण, जुना देह टाकून नवीन देह धारण करीत असतो.

स्वधर्ममपि चावेक्ष्य न विकम्पितुमर्हसि।
धर्म्याद्धि युद्धाच्छ्रेयोऽन्यत्क्षत्रियस्य न विद्यते ।। २-३१।।

तुझा क्षात्र धर्म लक्षात घेता तू सत्य रक्षणाप्रती धर्मयुक्त युध्दापासून परावृत्त होता कामा नये कारण या व्यतिरिक्त तुझे अन्य कोणतेही कल्याणकारी कर्तव्य राहू शकत नाही.

★★★★★

पाठ २. अध्याय दुसरा (भाग २)

पूर्णतः अनासक्त राहून सर्वोत्तम रीतीने कर्तव्यपूर्ती करण्यासाठी समर्पित होणे हाच खरा कर्मयोग होय.

पाठ २.अध्याय दुसरा–भाग २. कर्मयोगाचा पाया.

दुसऱ्या अध्यायाच्या या भागात भगवान श्रीकृष्णांनी अर्जुनास कर्मयोगाचे गुपित हे प्रत्येक व्यक्तीने आपली कर्तव्ये सुयोग्य तऱ्हेने करणे यातच आहे असे सांगितले. ते म्हणतात, ''जेव्हा आपण अगदी छोटी छोटी, साधी साधी कर्तव्ये देखील सुयोग्य तऱ्हेने, अचूक रीतीने करतो तेव्हा त्यातून आश्चर्यकारक अशी फलनिष्पत्ती होऊ शकते.''

कधी कधी आपण असे पाहतो की काही मुले अमुक एक काम अथवा गृहपाठ केल्यास तुला अमुक एक बक्षीस किंवा वस्तू मिळेल असे सांगितल्यावरून ते प्राप्त करण्याच्या लालसेने काम अथवा गृहपाठ करतात. पण याने होतं काय माहीत आहे? एकतर अशा काही प्राप्तीच्या इच्छेने ते जे काम किंवा गृहपाठ करीत आहेत ते मनापासून, प्रामाणिकपणे, सर्वोत्तम रीतीने, सुयोग्य रीतीने केले जात नाही कारण ते त्या तऱ्हेने करायचे या हेतू ऐवजी काही प्राप्त करणे' हाच उद्देश महत्त्वाचा होऊन जातो. एकदा का हे काम जमेल तसे करून, ती प्राप्ती करून घेतली की केलेल्या कामातील रस नाहीसा होतो. त्याच्या सफलतेच्या आनंदास ते वंचित होतात. शिवाय सातत्याने अशा रीतीने कर्तव्य करण्याची, ते करीत असताना मिळू शकणाऱ्या ज्ञानास मुकण्याची सवय लागल्यास अशी मुले बिघडण्याचा संभव असतो. एखादी वस्तू, गोष्ट आवडणे यात काही गैर नाही परंतु ती आवड प्रथम लालसेत व तद्नंतर लालसा हावेत परिवर्तित होऊ शकते. हे मात्र योग्य नाही. लालसा व हाव या दोन गोष्टी आजच्या जगातील बहुतांश समस्यांना कारणीभूत आहेत.

म्हणून कोणतेही कर्म, कर्तव्य करीत असताना आपण त्याच्या मोबदल्यात काही मिळावे या भावनेने, इच्छेने वा लालसेने करू नये; कारण ही फलप्राप्तीची भावना आपल्याला त्या कामाच्या, कर्तव्याच्या मूळ हेतूपासून दूर नेते. आपण जर लालसा न बाळगता कर्तव्य करू लागलो तर आपण ते कर्म अत्यंत कुशलतेने, सर्वोत्तम रीतीने करू लागतो. कर्तव्यपूर्तीस सुरुवात करण्याआधी जर आपले मन, विचार त्या कर्तव्याच्या फलप्राप्तीशी निगडीत झाले तर ते कर्तव्य, काम परिपूर्ण दोषरहित न राहता त्यात काही ना काही कमतरता राहतेच. याउलट आपण जर फलप्राप्तीच्या विचारापासून लालसेपासून स्वतःस दूर ठेवले तर आपले चित्त व विचार शांत, सुस्थिर व आनंदी राहिल्याने होणारे काम सर्वोत्तम होते. वस्तुतः कर्मफलाविषयी अनासक्त असणे म्हणजे आपली सर्व कर्तव्ये पूर्ण उत्साहाने, मनापासून, दोषरहित व पूर्ततेनंतर फल प्राप्त होवो न होवो अशी वृत्ती ठेऊन करणे हे होय. या अनासक्तीचे व्यवधान आणि हेतू हा त्या त्या कामाची सर्वोत्तम परिपूर्तता असायला हवी, न की त्याची फलनिष्पत्ती. पूर्णतः अनासक्त राहून सर्वोत्तम रीतीने कर्तव्यपूर्ती करण्यासाठी समर्पित होणे हा खरा कर्मयोग होय. हाच श्रीमद्भगवद्गीते मधील कर्मयोगाचा पाया होय.

तुम्ही जर एखाद्या खिलाडूवृत्तीच्या संघाचा यशस्वी कप्तान, एखादा यशस्वी सैन्याधिकारी किंवा एखाद्या संस्थेचा यशस्वी नेता यांच्या कार्यपद्धतीचे नीट अवलोकन केलेत तर तुम्हाला हेच दिसेल की हे सारेजण याच कर्मफलाच्या अनासक्तीच्या सूत्राचा ध्यास धरत व त्यास अनुसरत आहेत. अटीतटीच्या, कसोटीच्या क्षणी शांत चित्त असणे खूप महत्त्वाचे असते. चित्त शांत असेल तर समस्यांवर मात करण्याचा मार्ग सुचू शकतो. कठीण प्रसंगी मन क्षोभित किंवा अस्वस्थ असेल तर ना तर तुम्ही समस्या सोडवू शकता ना एक यशस्वी नेता बनून इतरांना समस्या निवारणाचा मार्ग शोधण्याच्या कामी मार्गदर्शन करू शकता.

जेव्हा तुमच्या पहाण्यात अशी एखादी व्यक्ती येते की जी सदासर्वकाळ शांतचित्त असते, जी न यशाने हुरळून जाते न अपयशाने खचून जाते– तर समजून चला की केवळ अशी व्यक्तीच खरी समत्व साधलेली आहे. श्रीमद्‌भगवद्‌गीतेत असे म्हटलेले आहे की अशी व्यक्ती मुनि किंवा ऋषि म्हणण्याच्या योग्यतेची आहे.

★★★★★

नेहाभिक्रमनाशोऽस्ति प्रत्यवायो न विद्यते।
स्वल्पमप्यस्य धर्मस्य त्रायते महतो भयात्।। २-४०।।

कर्मयोगातील सूत्रानुसार केलेली कर्मे कोणत्याही विपरीत फल वा परिणामास कारणीभूत होत नाहीत. इतकेच नव्हे तर अगदी लहानातील लहान कर्म जे या योगानुसार केले जाते ते त्याचे कर्त्यास मोठ्यातील मोठ्या संकटापासून अभय देऊ शकते.

कर्मण्येवाधिकारस्ते मा फलेषु कदाचन।
मा कर्मफलहेतुर्भूर्मा ते सङ्गोऽस्त्वकर्मणि ।। २-४७।।

कर्म करण्याचा तुम्हास अधिकार आहे; पण फलविषयक नाही. कर्मफलाची आसक्ती न धरता कर्म केल्यास तुम्ही मार्ग भरकटत नाही. कर्म न करण्याची वृत्ती तुम्ही धारण करू नका.

बुद्धियुक्तो जहातीह उभे सुकृतदुष्कृते।
तस्माद्योगाय युज्यस्व योगः कर्मसु कौशलम्।।२-५०।।

कर्मयोगाचे हे ज्ञान तुम्हास या जन्मीच योग्य-अयोग्य, पाप-पुण्य यापासून मुक्त करते. अनासक्तीने सर्वोत्तम रीतीने कर्म करणे हाच कर्मयोग आहे हे जाणून कर्तव्यपूर्तीद्वारे या योगास सुरुवात करा.

दुःखेष्वनुद्विग्नमनाः सुखेषु विगतस्पृहः।
वीतरागभयक्रोधः स्थितधीर्मुनिरुच्यते।।२-५६।।

दुःखदायक प्रसंगाने ज्यास क्लेश होत नाहीत आणि हर्षदायक प्रसंगी जो हुरळून जात नाही, ज्याने क्रोध व भीती त्यागली आहेत तो मुनी समजावा.

★★★★★

पाठ ३. अध्याय तिसरा

आपण जर या अंतरात्म्याचे, ईश्वराचे ऐकू लागलो तर आनंदाकडे जाण्याचा आपला प्रवास शीघ्र गतीने होईल कारण अशा परिस्थितीत साक्षात ईश्वर आपले सारथ्य करीत असतो.

पाठ ३.अध्याय तिसरा. अंतरात्म्याचा आवाज

अर्जुन भ्रमित मन:स्थितीचा अनुभव करीत होता. भगवान श्रीकृष्ण त्यास एकीकडे शांतचित्त व निरपेक्ष राहावयास सांगत होते त्याचवेळी त्याला त्याचे युद्ध करण्याचे कर्तव्य पण पार पाडण्यास सांगत होते. आपल्याला या दोन्ही कृती एकाचवेळी जमणे शक्य नाही असे त्यास वाटू लागले. म्हणून त्याने भगवान श्रीकृष्णास विचारले, ''हे प्रभो, आपल्या म्हणण्या प्रमाणे योगज्ञान, अध्यात्म ज्ञान हे भौतिक कर्मा पेक्षा श्रेष्ठ आहे तर मग आपण मला हे युद्ध करण्यास का सांगत आहात?''

सस्मित वदनाने भगवान श्रीकृष्ण त्यास म्हणाले की, ''जीवनात एक क्षणही असा नसतो ज्या क्षणी कोणतेही कर्म करणे चालू नसते. प्रत्येक क्षणी काही ना काही कार्य, कर्म हे घडतच असते. जरी मनुष्य बाह्यार्थी काही कर्म करीत नसला तरी अंतर्गत कर्मे, जसे की विचार क्रिया, चयापचय क्रिया, अवलोकन क्रिया इ. इ. अव्याहत चालू असतात.हा प्रकृतीचा गुणक्रम आहे जो स्थायी आहे, न बदलणारा आहे.'' ते पुढे म्हणतात की, ''सर्व कर्मांचा संपूर्ण त्याग करणे कोणालाच शक्य नाही आणि कर्म हे अकर्मा पेक्षा नेहमीच श्रेष्ठ असते. कर्माद्वारे दैनंदिन जीवनात अनुभव व कार्यशक्ती प्राप्त होते आणि कर्म केल्याशिवाय कार्यसिद्धी देखील अशक्य आहे.''

आपण अनासक्त झाल्यास आपले प्रत्येक कर्म, कर्तव्य मुक्त भावनेने करू शकतो. असे कर्म परम कर्म होऊन जाते. अशा रीतीने आपण कर्म करतो पण त्याच्या फल निष्पत्तीपासून मात्र मुक्त होतो.

ईशतत्त्व हे आपल्या बुद्धीच्या व पंचेंद्रियांच्या आकलना पलीकडले आहे. हे ईशतत्त्व आपल्या प्रत्येकाच्या आत आहे. लोक त्यास निरनिराळ्या नावांनी ओळखतात, जाणतात. भगवान श्रीकृष्ण अर्जुनास समजावून सांगताना म्हणतात की, आपण सर्वांनी आपल्यातील या ईशतत्त्वाशी निगडीत होऊन, स्मरण करून आपली सर्व कर्मे त्यास अर्पित करीत, आपले विहित कर्तव्य करीत राहावे.

आपण जर या अंतरात्म्याचे, ईशतत्त्वाचे ऐकू लागलो तर आनंदाकडे जाण्याचा आपला प्रवास शीघ्र गतीने होईल कारण अशा परिस्थितीत साक्षात ईश्वर आपले सारथ्य करीत असतो.

★★★★★

अर्जुन उवाच :-

ज्यायसी चेत्कर्मणस्ते मता बुद्धिर्जनार्दन।
तत्किं कर्मणि घोरे मां नियोजयसि केशव ।। ३-१।।

अर्जुनाने विचारले, हे कृष्ण, आत्ताच आपण म्हणालात कर्मापेक्षा अध्यात्मिक ज्ञान श्रेष्ठ आहे तर मग मला हे भयंकर असे युद्ध कर्म का करण्यास सांगत आहात?

न हि कश्चित्क्षणमपि जातु तिष्ठत्यकर्मकृत्।
कार्यते ह्यवशः कर्म सर्वः प्रकृतिजैर्गुणैः।। ३-५।।

भगवान श्रीकृष्ण म्हणाले, कोणीही व्यक्ती कोणत्याही क्षणी कर्म न करता राहात नाही कारण प्रकृती गुणधर्माने तो विविध कर्म व कर्तव्य करीत राहण्यास बाध्य आहे.

नियतं कुरु कर्म त्वं कर्म ज्यायो ह्यकर्मणः।
शरीरयात्रापि च ते न प्रसिद्ध्येदकर्मणः।। ३-८।।

निष्काम भावनेने शास्त्रविहित कर्तव्य तू करीत राहा कारण कर्म करणे हे अकर्मापेक्षा नेहमीच श्रेठ आहे आणि कर्माशिवाय तुझे देहाचे व्यवहारही चालू राहू शकत नाहीत. कर्माशिवाय काही साध्य पण होऊ शकत नाही.

मयि सर्वाणि कर्माणि संन्यस्याध्यात्मचेतसा।
निराशीर्निर्ममो भूत्वा युध्यस्व विगतज्वरः ।। ३-३०।।

तुझ्या अंतर्यामी जो माझा, ईशतत्त्वाचा अंश आहे त्यावर ध्यान ठेवून तुझी सर्व कर्मे मला समर्पित कर आणि ममता, दु:ख व निराशा सोडून युद्धास तयार हो.

इन्द्रियाणि पराण्याहुरिन्द्रियेभ्यः परं मनः।
मनसस्तु परा बुद्धिर्यो बुद्धेः परतस्तु सः।। ३-४२।।

इंद्रीयांहून श्रेष्ठ मन, मनाहून श्रेष्ठ जागृत बुद्धी, जागृत बुद्धीहून श्रेष्ठ आहे पर म्हणजेच चिरंजीवी, ईशतत्त्वरूप आत्मा.

★★★★★

पाठ ४. अध्याय चवथा

जेव्हा मनुष्यातील दैवी गुणांचे प्रकटीकरण होते त्यावेळी प्रत्येक व्यक्तीत खऱ्या अर्थाने ईशतत्वाचा प्रतिनिधी म्हणून काम करण्याची पात्रता येते.

पाठ ४.अध्याय चवथा. आपल्या आतील विजेता.

भगवान श्रीकृष्णांनी अर्जुनास आश्वस्त केले की, जेव्हा जेव्हा या भूतलावरील मानवास घनघोर अंध:काराचा, दु:खाचा व यातनांचा सामना करावा लागेल तेव्हा तेव्हा अवतार रूपाने किंवा ईश्वर दूताच्या रूपाने त्याच्या निराकरणासाठी, मानवाच्या रूपांतरणासाठी पृथ्वीवर त्यांचे आगमन होईल. हजारो वर्षांपूर्वी केलेली ही सत्यवाणी आजही यथार्थ आहे. मात्र सांप्रतकाळी आपल्या अवतार या संज्ञेविषयीच्या संकल्पना काय आहेत हा एक दाहक प्रश्न आहे. आज अज्ञानरूपी घोर अंध:काराने लोकांच्या मतीस, विचारांना ग्रासून टाकलेले आहे, परिणामतः सृष्ट, सज्जन लोकांस त्रास होतो.

आज अनेक समस्यांनी भूलोकावरील मानवांना घेरलेले आहे. त्या सर्वांचे निराकरण करण्यासाठी कदाचित एकापेक्षा अधिक ईश्वरी दूतांची गरज आहे.

आपल्या असे अनुभवास येते की ज्या ज्या वेळी एखादी मोठी नैसर्गिक आपत्ती, विपदा किंवा संकट येते त्या त्या प्रत्येक वेळी लोक एकमेकांच्या साह्यासाठी एकदिलाने, नि:स्वार्थपणे एकत्र येतात. त्यांचेमधील दैवी गुण अशावेळी प्रकर्षाने प्रकट होतात. याचा अनुभव आपण सर्वांनी इ.स. २०१६ मधे चेन्नई आणि जवळील इतर परिसराला कराव्या लागलेल्या न भूतो न भविष्यति अशा पूरपरिस्थितीचा सामना करताना घेतला आहे.अगदी सामान्यातील सामान्य आणि अति प्रतिष्ठित अशा सर्व व्यक्ती आप-आपले घरदार, कुटुंबीय, जात-पात, धर्म, प्रादेशिकता यापैकी कशासही प्राधान्य न देता नि:स्वार्थपणे, बाधितांच्या सर्वतोपरी सहाय्यासाठी अनेकानेक दिवस राबत होते, कष्ट करत होते, पदरमोड करून खर्च करत होते. हाच तर दैवी गुण आहे. अशा या दैवी गुणांची कदर व्हायला हवी. जेव्हा मनुष्यातील दैवी गुणांचे प्रकटीकरण होते त्यावेळी प्रत्येक व्यक्तित खऱ्या अर्थाने ईशत्वाचा प्रतिनिधी म्हणून काम करण्याची पात्रता येते. गेल्या अध्यायात आपण हे पाहिले की आपल्या प्रत्येकात ईशत्वाचा अंश आहे व अनासक्तीने कर्म करून आपण त्याचे बरोबर निगडीत होऊ शकतो. या अध्यायात भगवान श्रीकृष्ण पुढे सांगतात की, आपण आपल्या अंगी सद्गुण बाणवून, आपल्या दोषांचा त्याग करून, स्वतःचे रूपांतरण करून हे साध्य करू शकतो. जर आपण सर्वांनी आपली सर्व कर्मे ईश्वरास अर्पित केली व प्रत्येक कर्म करताना भीती, क्रोध,अपेक्षा अथवा लालसा यास थारा न देता, विजयाच्या वा पराभवाच्या दोन्ही स्थितीत शांत, संयत आणि आनंदी राहिलो तर आपल्या सर्वांना दिव्य जीवन जगणे शक्य आहे.

यदा यदा हि धर्मस्य ग्लानिर्भवति भारत।
अभ्युत्थानमधर्मस्य तदात्मानं सृजाम्यहम्।। ४-७।।

ज्या ज्या वेळी मानव लोकातील जीवन अज्ञानरूपी अंध:काराने, दु:ख व अन्यायाने कष्टमय होते, धर्माचा ऱ्हास होऊन अधर्म वाढीस लागतो त्या त्या वेळी मी देहधारण करून त्यास या सर्वांपासून अभय देऊन तारण्यासाठी प्रकट होतो.

वीतरागभयक्रोधा मन्मया मामुपाश्रिताः।
बहवो ज्ञानतपसा पूता मद्भावमागताः।। ४-१०।।

ज्यांचे आसक्ती, भय व क्रोध पूर्णपणे नष्ट झाले आहेत, जे माझ्या प्राप्तीच्या प्रेमात लीन असून ज्ञानरूपी तप करीत आहेत, ते मला प्राप्त करून दिव्य जीवन व्यतीत करीत आहेत.

यस्य सर्वे समारम्भाः कामसंकल्पवर्जिताः
ज्ञानाग्निदग्धकर्माणं तमाहुः पण्डितं बुधाः।। ४-१९।।

जो शास्त्र-संमत कर्मे कोणत्याही संकल्पाशिवाय वा कामनेशिवाय करतो, ज्याची अशी कर्मे ज्ञानाग्नीत तावून-सुलाखून निघालेली असतात तोच खरा ज्ञानी ऋषी, मुनि म्हणण्यास पात्र असतो.

यदृच्छालाभसन्तुष्टो द्वन्द्वातीतो विमत्सरः।
समः सिद्धावसिद्धौ च कृत्वापि न निबध्यते ।। ४-२२।।

आपततः जे वाट्याला आले आहे त्यात जो संतुष्ट असतो, ज्याला कधी असूया, मत्सर वाटत नाही, जो यशापयशात संयत समत्व राखून, सुख-दु:खाच्या पार गेलेला असतो त्याच्या कर्मांनी तो बांधला जात नाही कारण तो अशी बांधिलकी निर्माण करणाऱ्या सर्व परिस्थितींच्या वर गेला असतो.

★★★★★

पाठ ५. अध्याय पाचवा

Art by Priti Pandurangan

आपल्याला जर खऱ्या अर्थाने मुक्त व आनंदी जीवन जगायचे असेल तर आपल्याला लालसा व क्रोध या दोन्हींवर नियंत्रण मिळवावे लागेल.

पाठ ५. अध्याय पाचवा. लालसा व क्रोधावर नियंत्रण.

अर्जुनाने भगवान श्रीकृष्णांना पुन्हा विचारणा केली की त्याने सर्व परित्याग किंवा धर्मसुसंगत दिव्यकर्म पूर्ती यापैकी काय करणे क्रमप्राप्त आहे? भगवान श्रीकृष्ण त्यास समजावीते झाले की, जरी या दोन्हींद्वारे मनुष्य पूर्ण मुक्त होण्यास मदत होते तरीही यापैकी धर्मसुसंगत दिव्यकर्म पूर्ती करणे हा जास्त श्रेयस्कर आणि उत्तम मार्ग आहे.

योग्य कर्माद्वारे व्यक्तीस खरे ज्ञान प्राप्त होऊ शकते. खरे ज्ञान प्राप्त होताच त्याला सर्व काही एक समान व एक तत्त्व आहे याची जाण येऊ लागते. ज्ञानी पुरुष, महाकाय हत्ती, गाई पासून कुत्री-मांजरे, पशुभक्षी प्राणी या सर्वांठायी त्याला एकत्व जाणवू लागते. कारण पूर्ण मुक्त व्यक्ती हे जाणत असते की सर्व प्राणिमात्रात, भूतमात्रात एकाच दिव्यतत्वाचा अंश वास करीत आहे.

मुक्त होऊन जीवन जगण्याचा आनंद सदैव प्राप्त करण्याचा एक असा साधासरळ मार्ग जो कोणीही अनुसरू शकेल, भगवान श्रीकृष्ण उलगडून कथन करतात. ते म्हणतात, लालसा किंवा अपेक्षा व क्रोध हे आवेगाने उसळून येतात. एखादी व्यक्ती या लालसेचा व क्रोधाचा आवेग आवरून त्यावर नियंत्रण ठेवून सर्वदा, सर्व परिस्थितीत संयत राहू शकली तर त्यास, व्यक्तीमात्रास शक्य असलेले सर्वोच्च ज्ञान प्राप्त होऊ शकेल. त्यास संपूर्ण आयुष्यभर एका अवीट, अक्षय्य अशा आनंदाचा अनुभव होत राहील.

कधी कधी आपण परीक्षेची तयारी म्हणून अभ्यास करायला बसलो असताना एकाएकी अशी तीव्र इच्छा होते की अभ्यासा ऐवजी खेळ खेळावा. बाहेर मजा करायला जावे. कधी कधी आपल्या इच्छे प्रमाणे काही घडले नाही तर किंवा आपल्या प्रिय व्यक्तीने आपले म्हणणे ऐकले नाही तर आपल्याला पटकन राग येतो. या दोन्ही तऱ्हेच्या परिस्थितीत जर आपण आपली इच्छा किंवा क्रोध यास आपण बळी पडलो, त्याचे आहारी गेलो तर आपले परीक्षेत मिळणारे यश बाधित होईल. आपल्या प्रिय व्यक्ती बरोबरचे संबंध खराब होतील.

आपल्याला जर खऱ्या अर्थाने मुक्त व आनंदी जीवन जगायचे असेल तर आपल्याला लालसा व क्रोध या दोन्हींवर नियंत्रण मिळवावे लागेल. हे साध्य करण्याचा उत्तम मार्ग म्हणजे आपले प्रत्येक कर्म हे समर्पणाचे भावनेने करायला हवे. आपली आई अथवा वडील आपल्यासाठी काही पदार्थ बनवितात तर तो सर्वोत्तम कसा होईल, आपल्याला आवडतो तसा होईल या भावनेने म्हणजेच तो आपल्याला समर्पित करण्याच्या भावनेने करतात. प्रत्यक्ष कर्माच्या क्रियेपेक्षा

त्याच्या फलाचे (म्हणजे त्या पदार्थाचे) आपल्याला समर्पण करणे ही भावना जास्त प्रबळ असते. त्यातच त्यांना वेगळा आनंद मिळत असतो. त्याच तऱ्हेने आपण जर आपल्या आत वसणाऱ्या आपल्या सर्वोत्तम मित्रास आपले प्रत्येक कर्म समर्पित करायचे आहे या भावनेने जर केले तर आपल्याकडून सर्वोत्तम तेच घडविण्याचा आपण प्रयत्न करू. तसे करतानाचा जो एक वेगळाच आनंद प्राप्त होतो तसा प्रत्येक कर्माचे वेळी प्राप्त होत गेल्याने आपले संपूर्ण जीवन आनंदी व शांततामय होऊन जाईल.

★★★★★

संन्यासः कर्मयोगश्च निःश्रेयसकरावुभौ।
तयोस्तु कर्मसंन्यासात्कर्मयोगो विशिष्यते ।। ५-२।।

सर्वसंग/सर्वकर्म त्याग व दिव्यत्वास कर्म समर्पण या दोन्ही मार्गांनी जरी मुक्ती साधता येत असली तरी दिव्यत्वास कर्म समर्पण करण्याचा मार्ग जास्त श्रेष्ठ व साधण्यास सुगम आहे.

विद्याविनयसम्पन्ने ब्राह्मणे गवि हस्तिनि।
शुनि चैव श्वपाके च पण्डिताः समदर्शिनः।। ५-१८।।

ज्यांची दृष्टी अशा ज्ञानाचे अंजनाने शुद्ध झालेली आहे, ज्यांचे अंतःचक्षु ज्ञानज्योती स्वरूप आहेत त्यास विद्वद्जन, हत्ती, गाय, कुत्रा तथा पशुभक्षी हीन जाती प्राणी सर्वच एकसमान प्रतीत होतात; या सर्वांस ते समदृष्टीनेच पहातात.

शक्नोतीहैव यः सोढुं प्राक्शरीरविमोक्षणात्।
कामक्रोधोद्भवं वेगं स युक्तः स सुखी नरः।। ५-२३।।

जो या मनुष्य देहात असताना लालसा, काम व क्रोध यांच्या आवेगास समर्थपणे सहन व नियंत्रित करतो त्यास याच जन्मी सर्वोच्च ज्ञान व निरामय शांती यांची प्राप्ती होते.

★★★★★

पाठ ६. अध्याय सहावा

वैश्विक विद्यार्थी जातपात, धर्म, समाज, समाजातील उच्च-नीच स्थान असा भेदभाव व्यक्ती-व्यक्तींमध्ये तर करीतच नाही परंतु देशा-देशां मध्ये देखील करीत नाही.

पाठ ६. अध्याय सहावा. वैश्विक भावनेचा उद्गम.

या अध्यायातून आपल्याला आपल्या जीवनातील शिस्तपालनाचे महत्त्व जाणून घेता येते. आपण आपली सर्व कर्मे, कर्तव्ये कुठल्याही लाभाची किंवा फलप्राप्तीची लालसा न ठेवता करून ती ईश्वरास समर्पित केली तर आपण अत्यंत आश्चर्यकारक व अतुलनीय कार्य साध्य करू शकतो. कर्म सातत्य व त्याग याद्वारे मनुष्य त्याचे मन विशाल करू शकतो, त्याची आकलनशक्ती वाढवू शकतो.

भोजन, निद्रा व कार्य यात आपण नियमितता व सातत्य राखले तर आपले मन देखील नियंत्रित होऊन जीवनातून दुःख नाहीसे होते. विद्यार्थी हे व्यवधान त्याचे जीवनात साधेल तर त्याचे मन विशाल होईल. तो जास्त संयमशील बनेल. त्याला हळूहळू उमगू लागेल की ईशतत्त्वाचा, दिव्यत्वाचा अंश त्याचे आत आहे तोच प्रत्येक जीवाचे आत आहे.

असा विद्यार्थी जातपात, धर्म, समाज, समाजातील उच्च-नीच स्थान या आधारांवर इतराद्वारे केल्या जाणाऱ्या भेदभावास बळी पडत नाही. स्वतःही असा भेदभाव करत नाही. इतकेच नव्हे तर पुढे जाऊन, प्रगल्भता आली की असा भेदभाव व्यक्ति-व्यक्तींमधे तर करीत नाहीच पण देशा- देशांमध्ये देखील करीत नाही. कारण तो हे जाणून चुकलेला असतो की या सर्वांचे आत्मतत्त्व अगदी तसेच आहे जसे त्याचे स्वतःचे आहे.

ज्यावेळी एखादा विद्यार्थी असे शिस्तप्रिय जीवन जगत असताना कोणतीही अपेक्षा न ठेवता त्याच्या सहवासात येणाऱ्या प्रत्येकाचा स्वीकार सहिष्णुतेने करतो, त्याच्यात आणि त्यांच्यात कुठल्याही भेदभावास थारा देत नाही- तेव्हा तो खऱ्या अर्थाने वैश्विक विद्यार्थी बनतो. प्रत्येक विद्यार्थ्याने असा वैश्विक विद्यार्थी बनणे ही आजच्या काळाची नितांत गरज आहे.

★★★★★

अनाश्रितः कर्मफलं कार्यं कर्म करोति यः।
स संन्यासी च योगी च न निरग्निर्न चाक्रियः।। ६-१।।

जो कर्तव्य फलाची आशा न करता कर्तव्य-कर्म करतो तोच खरा संन्यासी वा योगी होय. कर्मत्याग करणारा किंवा यज्ञाग्नीचा त्याग करणारा खरा संन्यासी वा योगी नसतो.

युक्ताहारविहारस्य युक्तचेष्टस्य कर्मसु।
युक्तस्वप्नावबोधस्य योगो भवति दुःखहा।। ६-१७।।

या दुःख विनाशी योगाचा धनी तोच होतो जो निद्रा, जागरण, आहार विहार आणि कर्म यात नियमितता व सातत्य राखतो.

सर्वभूतस्थमात्मानं सर्वभूतानि चात्मनि।
ईक्षते योगयुक्तात्मा सर्वत्र समदर्शनः।। ६-२९।।

अशी व्यक्ती जी सर्वव्यापी ईशत्वाचा भाग बनून गेली आहे ती सर्वाभूती एकता व समत्व बाळगते, सर्वास स्वतःमधे स्थित व स्वतः सर्वामध्ये स्थित आहे असे असून भेदाभेद करीत नाही ती योगात्मा असते.

★★★★★

पाठ ७. अध्याय सातवा

या जगतातील जे जे उदात्त, उत्तम, उन्नत, शुद्ध, महन्मंगल ते ते सर्व स्वाभाविकतः ईश्वरीय दिव्य तत्वाशी एकरुप झालेले आहे हे आपण जाणले पाहीजे.

पाठ ७. अध्याय सातवा. सर्वव्यापी ईशतत्त्वाचे अस्तित्व.

योगाचा शब्दशः अर्थ आहे एकत्व, एकरूपता. भगवान श्रीकृष्णांना या अध्यायात ईश्वराशी, दिव्यत्वाशी एकरूप होणे अभिप्रेत आहे. ते अर्जुनास सांगतात की, संपूर्ण विश्वात दिव्यत्व/ईशतत्त्व शाश्वत स्वरूपात अस्तित्वात आहे. हे तत्त्व विविध प्रकारच्या चवी व गंधांपासून ते आकाशस्थ रवी-चंद्रात, अनादी प्रणव ओंकारापासून ते मनुष्यमात्राच्या चेतने पर्यंत सर्व ठिकाणी वास करून आहे. या जगतातील जे जे उदात्त, उत्तम, उन्नत, शुद्ध, महन्मंगल ते ते सर्व स्वाभाविकतः ईश्वरीय दिव्य तत्त्वाशी एकरूप झालेले आहे हे आपण जाणले पाहिजे. आपण जेव्हा एखाद्या उत्तम सुगंधाचा आनंद घेत असतो किंवा अग्नीच्या तेजाचा, त्याच्या सुखद उबेचा अनुभव घेत असतो तेव्हा आपल्याला याची प्रचिती येते. भगवान श्रीकृष्ण ज्यावेळी अर्जुनास सांगतात की मी सर्वव्यापी असून या सर्व जगताचे अस्तित्व माझ्यातच समाविष्ट आहे त्यावेळी येथे मी व माझ्यात याचा अर्थ सर्वव्यापी, शाश्वत ईश / दिव्य तत्व होय.

भगवान श्रीकृष्ण पुढे अर्जुनास सांगतात की हे ईशतत्त्व बलवानास बल देते. फक्त एकच आकांक्षा ग्राह्य व योग्य असते अन् ती म्हणजे स्वधर्माचे कर्तव्याचे पालन करण्याची इच्छा ठेवणे. प्रत्येकाचा विहित धर्म असतो जसे की अभ्यास करणे हा विद्यार्थ्याचा धर्म आहे, ज्ञानदान आचार्यांचा धर्म आहे, अनुयायांना योग्य मार्गावर नेताना नेतृत्व करणे हा नेत्याचा धर्म झाला, वैद्याने रुग्णास बरे करणे हा त्याचा धर्म तर देशबांधवांचे संरक्षण करणे हा योद्ध्याचा धर्म होय. आपल्या मनात कदाचित असा प्रश्न उभा राहू शकतो की जर प्रत्येकाचा धर्म असा निरनिराळा असेल तर सर्वांचे एकत्व कसे साधले जाणार? या प्रश्नाचे उत्तर देखील श्रीमद्‌भगवद्‌गीतेमधे भगवान श्रीकृष्णांनी देऊन ठेवले आहे. ते म्हणतात, "सर्वोत्तम धर्म कोणता तर मानव धर्माच्या उत्थानासाठी कार्य करणे." जर आपण प्रत्येकजण हाच एक उद्देश ध्यानात ठेऊन आपआपले धर्मकर्तव्य करू लागलो तर मग अभिप्रेत एकत्व आपोआपच साधले जाईल.

भगवान श्रीकृष्ण म्हणतात, "जे सद्गुणी, सदाचारी लोक निःस्वार्थपणे योग्य ती कर्मे करतात ते सर्व प्रकारच्या पाप संकल्पनांपासून मुक्त असतात कारण त्यांचे ठायी ह्या रीतीने कार्य करीत असताना अन्य कोणतीही भौतिक लालसा अथवा इच्छा वसत नसते. ते लोकच खरे सूज्ञ असतात ज्यांचा सर्वव्यापी, शाश्वत अशा दिव्य / ईशतत्वाचे अस्तित्वावर दृढ विश्वास असतो व जे या तत्वास भक्तिभावनेने भजतात, पूजतात."

★★★★★

ज्ञानं तेऽहं सविज्ञानमिदं वक्ष्याम्यशेषतः।
यज्ज्ञात्वा नेह भूयोऽन्यज्ज्ञातव्यमवशिष्यते ।। ७-२।।

आता मी तुला योगाद्वारे जे ज्ञान मिळविता येते; असे ज्ञान जे जाणल्यावर तत्पश्चात अन्य काही जाणून घेण्याचे शिल्लक राहात नाही, ते तत्त्वज्ञान विज्ञानासह पूर्ण सांगतो.

रसोऽहमप्सु कौन्तेय प्रभास्मि शशिसूर्ययोः।
प्रणवः सर्ववेदेषु शब्दः खे पौरुषं नृषु।। ७-८।।

हे अर्जुना, मी पाण्यातील रसस्वाद आहे, चंद्र सूर्य यांचा प्रकाश मी आहे, वेदामधील विश्वउत्पत्तीच्या वेळेचा प्रणव ओंकार मीच आहे. पुरुषातील पुरुषत्व, आकाशातील शब्द मी आहे.

पुण्योगन्धः पृथिव्यां च तेजश्चास्मि विभावसौ।
जीवनं सर्वभूतेषु तपश्चास्मि तपस्विषु ।। ७-९।।

पृथ्वीचा पवित्रतम गंध मी आहे, अग्नीतील दाहकता व तेज मी आहे, सर्व प्राणीमात्रांतील चेतना मी आहे. तपस्व्यांचे तप देखील मीच आहे.

बलं बलवतां चाहं कामरागविवर्जितम्।
धर्माविरुद्धो भूतेषु कामोऽस्मि भरतर्षभ ।। ७-११।।

हे अर्जुना, महाबलवानांचे बळ, सामर्थ्य मी आहे. हे बळ, हे सामर्थ्य आसक्ती व कामनारहित आहे. नव निर्मितीतील ऊर्जा मी आहे आणि धर्मपालनाची विशुद्ध कामनादेखील मी आहे.

येषां त्वन्तगतं पापं जनानां पुण्यकर्मणाम्।
ते द्वन्द्वमोहनिर्मुक्ता भजन्ते मां दृढव्रताः ।। ७-२८।।

निष्काम भावनेने कर्म केल्याने ज्यांचे पाप नष्ट झालेले आहे, ज्यांनी सर्व भौतिक गरजा, मत्सर, मोहादी विकार त्यागले आहेत असे सद्गुणी पुण्यात्मे माझ्याप्रती निष्ठा ठेऊन मला भजतात.

पाठ ८. अध्याय आठवा

एकाग्रता, दृढभाव आणि समर्पण हे तीन गुण भगवान श्रीकृष्णांनी विजेत्यासाठी सर्वात जास्त सहाय्यकारी व महत्वाचे आहेत असे विदीत केले आहे.

पाठ ८. अध्याय आठवा. दिव्य कर्मपूर्ती.

आठव्या अध्यायामधील असे तीन निवडक श्लोक इथे आपण अभ्यासणार आहोत जे विद्यार्थ्यांच्या आयुष्याशी समर्पकपणे निगडीत आहेत.

एकाग्रता, दृढभाव आणि समर्पण हे तीन गुण भगवान श्रीकृष्णांनी विजेत्यासाठी सर्वात जास्त सहाय्यकारी व महत्त्वाचे आहेत असे विदित केले आहे. ते अर्जुनास म्हणतात जर हे तीन गुण अंगी बाणवून मनुष्य आपले प्रत्येक कर्म करू लागला तर त्याचे ते प्रत्येक कर्म सर्वोच्च प्रतीचे होईल. अशी एक म्हण आहे की, ''जसे तुमचे विचार तशी तुमची घडण.'' एखाद्या गोष्टी विषयी आपण सतत विचार केला, ध्यास धरला तर आपण त्या गोष्टीच्या निकटतम पोचतो. आपल्या विचारातील प्रशंसनीय साध्य बनतो.

एकाग्रते शिवाय या जगात आपण प्रभावीपणे काही करू शकत नाही. एखादी कृती, कार्य, कर्म जेव्हा प्रेमाने, प्रामाणिकपणे व एकाग्रतेने केले जाते तेव्हा ते भावपूर्ण व भक्तिपूर्ण होऊन जाते. एखादे कार्य त्याच्या फलनिष्पत्ती विषयी आकांक्षा न ठेवता केल्यास त्याची पूर्तता समर्पणाच्या भावनेतून होते.

एकाग्रतेने, दृढ भावनेने, श्रद्धेने आणि समर्पण वृत्तीने कर्म केले की ते दिव्य कर्म होऊन जाते. भगवान श्रीकृष्ण अर्जुनास सांगतात जर तो सदोदित दिव्यत्वाचे, ईशत्वाचे स्मरण ठेऊन ईश्वराप्रती समर्पण भावनेने कर्म करेल तर तो त्या दिव्यत्वाशी एकरूप होईल. त्याचप्रमाणे विद्यार्थी जर सदोदित जसे की खेळताना, अभ्यास करताना, सुखदु:खाचे प्रसंगी ईशस्मरण ठेवतील तर ते देखील दिव्य विद्यार्थी बनतील. असे दिव्य विद्यार्थी नवोन्मेषाचे विजयी शिल्पकार होतील. अखिल जगताच्या उत्थानामध्ये अत्यंत महत्वाची भूमिका निभावतील.

★★★★★

तस्मात्सर्वेषु कालेषु मामनुस्मर युध्य च।
मय्यर्पितमनोबुद्धिर्मामेवैष्यस्यसंशयम् ।। ८-७।।

हे अर्जुना, सर्व कृत्य करीत असताना, युद्ध करीत असताना तू निरंतर माझे स्मरण ठेव. तुझे मन व बुद्धी माझे ठायी स्थिर केल्याने तू मीच होऊन जाशील.

अभ्यासयोगयुक्तेन चेतसा नान्यगामिना ।
परमं पुरुषं दिव्यं याति पार्थानुचिन्तयन्।। ८-८।।

हे पार्था, जो चित्त नियंत्रित करून, समर्पणाच्या भावनेने, परमेश्वराच्या ध्यानरूपी योगाने माझ्या प्राप्तीची कामना करतो तो माझ्या दिव्यत्वात येऊन मिळतो.

अनन्यचेताः सततं यो मां स्मरति नित्यशः।
तस्याहं सुलभः पार्थ नित्ययुक्तस्य योगिनः।।८-१४।।

हे अर्जुना, जो निरंतर माझ्या स्मरणात, चिंतनात मग्न असतो, स्थिरचित्त असतो अशा माझ्यात युक्त असलेल्या योग्यास मी सहजप्राप्त आहे, तो माझ्यात सहज येऊन मिळतो.

★★★★★

पाठ ९. अध्याय नववा

भगवान श्रीकृष्ण म्हणतात, कोणत्याही पद्धतीने परंतु प्रेम, दृढ श्रद्धा व संपूर्ण शरणागत व समर्पण भावनेनी केलेली प्रार्थना, भक्ती ही परिपूर्णच असते.

पाठ ९. अध्याय नववा. प्रार्थना पद्धती.

ईश्वराच्या प्रार्थनेच्या इतक्या निरनिराळ्या पद्धती व रूढी आहेत की आपल्याला गोंधळायला होते. नेमकी कोणती पद्धत योग्य या बाबत अनिश्चितता वाटू लागते.

श्रीमद्भगवद्गीतेत भगवान श्रीकृष्णांनी या प्रश्नाचे छान उत्तर दिले आहे. ते म्हणतात, कोणत्याही पद्धतीने परंतु प्रेम, दृढ श्रद्धा व संपूर्ण शरणागत भावनेनी केलेली प्रार्थना, भक्ती ही परिपूर्ण असते, आपण ईश्वराला केवळ पान, फुल वा साधे पाणी जरी विशुद्ध दृढ भक्तीने, समर्पण भावनेने अर्पण केले तरी ते ईश्वरास भावते, प्राप्त होते. कधी कधी आपल्या अनुभवास असे येते की काही लोक धार्मिक स्थानी अगदी शांतपणे प्रार्थनेत मग्न आहेत परंतु ते तिथून बाहेर येताच मात्र त्यांची ही शांतवृत्ती नाहीशी होऊन आरडा-ओरडी, आक्रस्ताळेपणा सुरू होतो. हे असे होणे अतिशय चूक आहे. भगवान श्रीकृष्णांचे म्हणणे असे की आपली प्रत्येक कृती ही ईश्वरास समर्पण करण्याचे भावनेने केलेली असावी आणि असे असेल तर मग ईश्वरास आरडा-ओरडी, आक्रस्ताळेपणा कसा स्वीकार्य असेल बरे?

याचे भान बाळगल्यास आपण क्रोध व दुःख यापासून मुक्त होऊ व सदोदित शांत आणि आनंद वृत्तीत राहू शकू. कोणत्याही प्रकारचा त्याग जर आपण ईश्वरास प्रार्थनेस्वरूप समर्पित केला तर त्या त्यागात दडपण अथवा नुकसानीची भावना देखील जाणवणार नाही. आपल्या सुखाच्या, आनंदाच्या क्षणी किंवा दान करताना, कुणाची मदत करीत असताना सुद्धा जर आपण ते ईश्वरार्पण भावनेने केले तर आपल्याला मुक्तीचा अवीट आनंद अनुभवास येतो. आपण या तऱ्हेने जीवन व्यतीत करू लागलो की मग चांगले वाईट काय याची चिंताच राहात नाही. आपण अंतरात्म्याचा आवाज ऐकू शकू व आपले खरे सामर्थ्य, क्षमता आणि साध्य साधू शकू.

★★★★★

पत्रं पुष्पं फलं तोयं यो मे भक्त्या प्रयच्छति।
तदहं भक्त्युपहृतमश्नामि प्रयतात्मनः ।। ९-२६।।

जर कोणी मला अत्यंत प्रेमभावनेने, समर्पण वृत्तीने पर्ण, पुष्प अथवा साधे पाणी जरी अर्पण केले तरी ते मला अत्यंत प्रिय असते व मला पूर्णत्वाने प्राप्त होते.

यत्करोषि यदश्नासि यज्जुहोषि ददासि यत् ।
यत्तपस्यसि कौन्तेय तत्कुरुष्व मदर्पणम् ।। ९-२७।।

तू जे जे कर्म, त्याग, तप, दान, हवन करतोस ते ते सर्व आत्मप्रेरित होऊन, माझ्याप्रति अर्पण भावनेने किंवा माझी इच्छा समजून कर.

शुभाशुभफलैरेवं मोक्ष्यसे कर्मबन्धनैः।
संन्यासयोगयुक्तात्मा विमुक्तो मामुपैष्यसि ।। ९-२८।।

अशा रीतीने मला अर्पण करण्याच्या वृत्तीने आणि फलासक्ती न धरता केलेल्या सर्व कर्म बंधनातून तू मुक्त होशील. अशा मुक्तीने तू माझ्यात येऊन मिळशील.

★★★★★

पाठ १०. अध्याय दहावा

कीर्ती, वाणीमाधुर्य, स्मृती, मेधा व क्षमा ही मूलतः प्रकृतीस्वरुप आहेत. अखिल विश्वातील जे जे उदात, उन्नत, महन्मंगल, सुंदर व सूर्याप्रमाणे उर्जेचा स्त्रोत आहे त्या त्या सर्वांठायी दिव्य ईशत्व वसलेले आहे.

पाठ १०. अध्याय दहावा. प्रकृती मधील दिव्यत्वाची ओळख.

भगवान श्रीकृष्ण म्हणतात, एखाद्या व्यक्तीस जेव्हा या सत्याची जाणीव व ज्ञान होते की या विश्वात पृथ्वी अस्तित्वात येण्याच्याही आधीपासून सर्व शक्तिमान आणि दिव्य ईशतत्त्व अस्तित्वात आहे, त्यावेळी ती व्यक्ति भय व भ्रम मुक्त होते. ती कुठल्याही प्रकारच्या आसुरी तत्त्वांचे खेळणे बनत नाही, त्यांचे आधीन होत नाही.

अर्जुनाने भगवान श्रीकृष्णास विनंती केली की, जगतातील दिव्यत्वास कसे जाणावे, ओळखावे ते सांगा. पुढे त्याने हे देखील विचारले की एखाद्याने जगतातील प्रत्येक गोष्टीत दिव्य ईशतत्व कसे जाणावे, पहावे.

भगवान श्रीकृष्ण म्हणतात दिव्य ईशतत्त्वाचा वास हा प्रत्येक सजीवात असतो. तो मोठ्यातील मोठा असो वा सूक्ष्मातील सूक्ष्म असो. तेच त्याच्या जन्म-मृत्यूचा कार्यकारण भाव असते. एखाद्या गोष्टीत, जीवात्म्यात बाह्यांगी वसणाऱ्या दिव्य गुणांद्वारे त्याचे आतील दिव्यत्वाची जाण होते.

ते पुढे म्हणतात, कीर्ती, वाणीमाधुर्य, स्मृती, मेधा व क्षमा ही मूलतः प्रकृतीस्वरूप आहेत. दिव्यत्व राज्यकर्त्याच्या कौशल्यामध्ये, जेत्याच्या बलामध्ये, यशोवानाच्या नीतीमध्ये तर गुपितांच्या गौप्या मधे जाणता येते. व्यक्तीस झालेले ईशत्त्वाचे ज्ञान हे त्यास सूज्ञ व कीर्तिमान बनविते.

या जगतातील, अखिल विश्वातील जे जे उदात्त, उन्नत, महन्मंगल, सुंदर व सूर्याप्रमाणे उर्जेचा स्त्रोत आहे त्या त्या सर्वांठायी दिव्य ईशत्व वसलेले आहे.

अंततः भगवान श्रीकृष्ण अर्जुनास समजाविते झाले की ईशत्वाचे सर्वव्यापित्व जाणण्यासाठी त्याला भगवान श्रीकृष्णांचे अवतार, सर्व जन्म या विषयी जाणून घेण्याची फार गरज नाही. तो हे जणू शकला की ईशत्व हे एकाच वेळी सर्व ठिकाणी व्यापलेले आहे, अखिल विश्व हे केवळ त्याचा अंशमात्र आहे तर तो ज्ञानी.

★★★★★

यो मामजमनादिं च वेत्ति लोकमहेश्वरम्।
असम्मूढः स मर्त्येषु सर्वपापैः प्रमुच्यते।। १०-३।।

जो हे जाणतो की मी जन्मरहित, आदि-अंत रहित असून अखिल जगताचा, प्राणिमात्राचा ईशात्मा आहे तो सर्व पापांपासून मुक्ती पावतो.

अहमात्मा गुडाकेश सर्वभूताशयस्थितः।
अहमादिश्च मध्यं च भूतानामन्त एव च ।। १०-२०।।

सर्व भूतांमध्ये स्थित असलेला ईशात्मा म्हणजे मीच, सर्व लहानमोठ्या जीवात्म्यांचा आदी, मध्य व अंतही मीच आहे.

मृत्युः सर्वहरश्चाहमुद्भवश्च भविष्यताम् ।
कीर्तिः श्रीर्वाक्च नारीणां स्मृतिर्मेधा धृतिः क्षमा। १०-३४।।

सर्व मर्त्यांच्या मृत्यूचे व सर्व जन्मास येणाऱ्या जीवांच्या जन्माचे कारण मी आहे. प्रकृत्युत्पन्न कीर्ती, वाणी, मेधा, स्मृती व क्षमा देखील मीच आहे.

दण्डो दमयतामस्मि नीतिरस्मि जिगीषताम्।
मौनं चैवास्मि गुह्यानां ज्ञानं ज्ञानवतामहम् ।। १०-३८।।

शासकाची शासन शक्ती मी आहे, विजयाची आकांक्षा करणाऱ्याची नीती मी आहे, गोपनीय गोष्टींमधील गौप्य मी आहे व ज्ञानवंतांचे ज्ञान देखील मीच आहे.

यद्यद्विभूतिमत्सत्त्वं श्रीमदूर्जितमेव वा ।
तत्तदेवावगच्छ त्वं मम तेजोंऽशसम्भवम्।। १०-४१।।

जे जे काही तेजयुक्त, सौंदर्ययुक्त, ऐश्वर्ययुक्त व बलयुक्त आहे ते ते सर्व माझ्या दिव्यत्वाच्या अंशाचे प्रकटीकरण आहे.

★★★★★

पाठ ११. अध्याय अकरावा

आदर्श विद्यार्थी हा आकांक्षा, लालसा, मत्सर यापासून मुक्त असतो व तो सर्व कृत्ये, कर्मे दिव्य ईशत्वाचे साधन होऊन करत असतो.

पाठ ११. अध्याय अकरावा. आदर्श विद्यार्थी.

भगवान श्रीकृष्णांनी निवेदन केलेल्या परम परम्यात्म्याच्या सर्व गुणवैशिष्ट्यांच्या वर्णनाच्या श्रवणाने अर्जुनाची त्यांच्या पूर्ण स्वरूप दर्शनाची तृष्णा अधिकच तीव्र झाली व त्याने भगवान श्रीकृष्णांकडे दिव्य परमात्म्याच्या विश्वव्यापी स्वरूपाच्या समग्र दर्शनाची इच्छा प्रदर्शित करून तशी विनंती केली.

मानवी नेत्रांद्वारे, मानवीय दृष्टी संज्ञेत आहे त्या मर्यादितच फक्त मानव पाहू शकतो; त्यांस दिसू शकते. दैदिप्यमान सूर्याचे दर्शन देखील तो त्याच्या या साध्या दृष्टीने नीट करू शकत नाही. गडद छटेचा सूर्य चष्मा घातला तरच तो त्या तेजस्वी सहस्त्ररश्मी सूर्यबिम्बास पाहू शकतो. भगवान श्रीकृष्ण अर्जुनास म्हणाले, "तुला साध्या नेत्रांनी हे दर्शन घेता येणे अशक्य आहे." त्यावर अर्जुनाने भगवान श्रीकृष्णांना कळकळीची विनंती करून गळ घातली की, त्यांनी त्याचेसाठी ते दर्शन घेणे सुलभ करावे. अर्जुन हा भगवान श्रीकृष्णांना पवित्र हृदयाने, भक्तिभावाने भजणारा भक्त तथा सखा असल्याने त्यांनी त्याला त्या अद्वितीय्, अवर्णनीय स्वरूपाचे दर्शन शक्य व्हावे म्हणून दिव्य चक्षु प्रदान केले, दिव्यदृष्टी प्रदान केली.

अर्जुनास त्या अद्भूत, अद्वितीय, वर्णनातीत स्वरूप असलेल्या ईश्वराच्या सर्वव्यापी, विश्वरूपाचे दर्शन घडविले. त्या प्रथम दर्शनाने अर्जुन प्रथम अवाक् झाला, नि:शब्द झाला, कुठलीही प्रतिक्रिया व्यक्त करण्याच्या पलीकडील स्थितीत तो होता. कारण त्यास असे प्रतीत झाले की जणू काही सहस्र सूर्यांचे तेज एकवटून तयार झालेले ते नेत्रदीपक हिरण्यगर्भ संपूर्ण व्योमास व्यापून आहे. ते सर्वकाही इतके अमर्याद, अनंत व शक्तिशाली होते की धुरंधर अर्जुन भीतीने ग्रस्त झाला. त्याचा धीर सुटला. सुरुवातीला जाणवलेल्या असीम शांतीची जागा आता हताशेने घेतली. त्यास असे दिसू लागले की विश्वातील सर्व काही, अगदी स्वर्गा पासून ते जीवमात्रांपर्यंतचे सर्व त्या महाअग्नीत, वडवानलात हवन होत आहे. त्या भयप्रद व अंगावर काटे आणणाऱ्या दृश्यास पाहून त्याने एकदम साष्टांग नमस्कार घातला. एक प्रचंड गडगडणारा ध्वनी त्यास सांगत होता की तो काळ आहे जो सर्व जीवमात्रांचा संहारक व असत्याच्या पुरस्कर्त्यांना मृत्युदंड देणारा आहे. अर्जुनाने त्या अक्राळविक्राळ रुपास विनंती केली की, त्याने सौम्य रूप धारण करावे जेणेकरून त्याचे बुद्धीस व मनास ते सुसह्य होईल.

त्याच्या या विनंती नंतर ते तसे रूप धारण करणाऱ्या ईश्यात्म्याने, सर्वात्म्याने अत्यंत आनंददायी व शांतिस्वरूप असे रूप धारण केले जे अर्जुनास भगवान श्रीकृष्ण म्हणून ज्ञात होते व त्यांनी अर्जुनास सांगितले की त्याने सर्वातून मुक्त व्हावे, सर्वांचा सखा व्हावे व त्याने त्याची कर्तव्ये प्रामाणिकपणे, भक्तिपूर्ण आणि समर्पणाच्या भावनेने करावीत जेणेकरून तो ईशत्वामध्ये एकरूप होईल.

भगवान श्रीकृष्णांनी अर्जुनास केलेला हा उपदेश आजच्या काळातील विद्यार्थ्यांना सुद्धा लाभदायक, हितकारक आहे. आदर्श विद्यार्थी हा आकांक्षा, लालसा, मत्सर यापासून मुक्त असतो व तो सर्व कृत्ये, कर्म दिव्यईशत्वाचे साधन होऊन करत असतो.

★★★★★

दिवि सूर्यसहस्रस्य भवेद्युगपदुत्थिता ।
यदि भाः सदृशी सा स्याद्भासस्तस्य महात्मनः।। ११-१२।।

नभांगणातील ते दृष्य पाहताच त्यास वाटले की सहस्र सूर्य एक झाल्यावर जो तेजोगोल दिसेल त्याहीपेक्षा हे दिव्य परमात्म्याचे तेज प्रखरतम आहे.

तत्रैकस्थं जगत्कृत्स्नं प्रविभक्तमनेकधा ।
अपश्यद्देवदेवस्य शरीरे पाण्डवस्तदा ।। ११-१३।।

असे हे भव्य विश्वरूप जे एकाचवेळी सुन्दरतम, अकल्पनीय, भयप्रद व सर्वशक्तीमान आहे ते पाहून अर्जुन विस्मित, हर्षित, रोमांचित होऊन त्यास साष्टांग प्रणिपात करता झाला.

नभःस्पृशं दीप्तमनेकवर्णं व्यात्ताननं दीप्तविशालनेत्रम् ।
दृष्ट्वा हि त्वां प्रव्यथितान्तरात्मा धृतिं न विन्दामि शमंच विष्णो।।११-२४।।

हे प्रभो,आपल्या या व्योमास व्यापणाऱ्या अत्यंत तेजस्वी, रौद्र, बहुमुखी, बहुनेत्री व अक्राळविक्राळ विश्वरूप दर्शनाने मी धैर्य व शांती गमावल्याने त्याचा आनंद घेऊ शकत नाही.

कालोऽस्मि लोकक्षयकृत्प्रवृद्धो लोकान् समाहर्तुमिह प्रवृत्तः।
ऋतेऽपि त्वां न भविष्यन्ति सर्वे येऽवस्थिताः प्रत्यनीकेषु योधाः।।११-३२।।

हे अर्जुना, सर्व जीवमात्रांचा संहारक असा महाकाल मी आहे. तू युद्ध केले नाहीस तरी या योद्धयांचा मृत्यु, नाश अटळ आहे. तुझ्याशिवाय देखील त्यांचे अस्तित्व राहणार नाही आहे.

मत्कर्मकृन्मत्परमो मद्भक्तः सङ्गवर्जितः।
निर्वैरः सर्वभूतेषु यः स मामेति पाण्डव ।। ११-५५।।

हे अर्जुना, मजप्रती तू समर्पित हो, माझा अनन्य भक्त, माझे साधन हो, माझ्यासाठी कर्म करणारा हो कारण असा भक्त जो कोणाही विषयी वैरभाव बाळगत नाही व जो अनासक्त असतो तोच फक्त माझ्यात येऊन सामावतो.

★★★★★

पाठ १२. अध्याय बारावा

भगवान श्रीकृष्ण म्हणतात, उपासनेच्या पद्धतीपेक्षा जास्त महत्वाचा असतो तो त्यात समाविष्ट असलेला साधकाचा भक्तीभाव व श्रद्धा

पाठ१२. अध्याय बारावा. भक्ताचा योगधर्म.

परम परमात्म्याच्या दिव्य विश्वरूप दर्शनाने कृतकृत्य व असीम मोद प्राप्त केलेला अर्जुन भगवान श्रीकृष्णास भक्ती विषयी एक अत्यंत महत्त्वाचा प्रश्न विचारता झाला. त्याने विचारले की सर्वश्रेष्ठ भक्त कोणास म्हणावयाचे? सगुण परमेश्वराची साधना / उपासना करणारा की निर्गुण, निराकार अनंताची करणारा?

भगवान श्रीकृष्ण उत्तर देते झाले की उपासनेच्या पद्धतीपेक्षा जास्त महत्त्वाचा असतो तो त्यात समाविष्ट असलेला भक्तिभाव व श्रद्धा. ते पुढे म्हणतात की, ज्यांचे चित्त स्थिर झालेले असून जे कोणत्याही तऱ्हेचा किंतु, शंका न बाळगता संपूर्ण दृढ श्रद्धेने परम परमात्म्यास समर्पित भावनेने शरण जातात तेच सर्वोत्तम भक्त होत. पुढे भगवान श्रीकृष्ण अर्जुनास परम परमेश्वराठायी अविरत, अखंड, एकाग्र, केंद्रित राहण्याचे कामी साह्यकारी असे तीन पर्याय उपलब्ध आहेत असे सांगतात.

१) ते अर्जुनास म्हणतात की, साधनेमध्ये जर तो त्याचे चित्त स्थिर, दृढ ठेवू शकत नसेल तर त्याने योगाभ्यासाने सरावाने ते साध्य करावे.

२) योगाभ्यासही जर त्यास कठीण प्रतीत होत असेल तर त्याने प्रत्येक कर्म, कृती ही परमेश्वराप्रती अर्पण भावनेने, त्याचीच म्हणून करावी. या समर्पणाने त्याचे प्रत्येक कर्म, कृती परिपूर्ण, दैवी कर्म होईल.

३) सर्व तऱ्हेच्या कामांमध्ये व्यस्त असताना क्षणोक्षणी परम परमेश्वराचे स्मरण ठेवणे त्यास जमत नसल्यास त्याने निदान आत्मसंयम बाळगावा व कर्मफलाची अशा करू नये, प्रत्येक कर्म निष्काम भावनेने करावे. भगवान श्रीकृष्णांनी अर्जुनास उपलब्ध करून दिलेले हे तीन पर्याय आपल्या सर्वांना देखील सहाय्यकारी आहेतच. प्रत्येकजण आप-आपल्या स्वभावधर्मानुसार, प्रकृतीनुसार त्यांस योग्य अशा पर्यायाची निवड करू शकतो. जीवनात आपल्याला दिव्य कर्मे करायची असल्यास आपल्या प्रत्येक कृतीचेवेळी आपले चित्त सदोदित परम परमात्म्यावर केंद्रित झालेले हवे. आपल्याला आपली सर्व कर्मे सर्वार्थाने परिपूर्ण करायची असतील तर ती कर्मे करताना आपली प्रत्येक कृती ही परमेश्वरास अर्पण केली पाहिजे. आपल्याला सर्वदा मुक्त व आनंदी राहायचे असेल तर आपल्या प्रत्येक कर्माचे फल आपण परमेश्वरास अर्पण केले पाहिजे.

जे कोणी या तीनपैकी कोणताही एक पर्याय निवडतील ते सर्वदा शांतीमय

जीवन व्यतीत करतील व त्यांचेठायी कोणाप्रती वैरभाव पण जागृत होणार नाही. त्यांना सर्व जगताप्रती निर्व्याज प्रेम वाटते व ते जगन्मित्र होतात. त्यांना अहंकाराची बाधा होत नाही, ना तर ते कोणास विचलित करतात ना ते स्वतः कोणामुळे विचलित होतात. तद्नंतर भगवान श्रीकृष्णांनी ते कोणास त्यांचा प्रियतम भक्त म्हणतात याविषयी अर्जुनास सांगितले. ते म्हणतात की, तोच त्यांना अत्यंत प्रिय आहे ज्याने भगवद्भक्ती, भगवद्प्रेम हेच एकमेव जीवनसूत्र, जीवनध्येय स्वीकारले असून त्याचे प्राप्तीसाठी तसे तो जीवन व्यतीत करीत आहे. असा भक्त, अशी व्यक्ती परम परमेश्वराची शिकवण अनुसरत असते. अशी व्यक्ती अखिल मानव ज्ञातीसाठी एक अनुकरणीय, उदात्त आदर्श असते.

★★★★★

एवं सततयुक्ता ये भक्तास्त्वां पर्युपासते।
य चाप्यक्षरमव्यक्तं तेषा के योगवित्तमाः।। १२–१।।

निरंतर भक्तीने आपल्या सगुण रूपाची उपासना करतात ते व जे सच्चिदानंद, निर्गुण, निराकार ब्रह्माची उपासना करतात या दोघांपैकी आपल्या दृष्टीने कोण उत्तम योगी होय? – अर्जुन

मय्यावेश्य मनो ये मां नित्ययुक्ता उपासते ।
श्रद्धया परयोपेतास्ते मे युक्ततमा मताः।। १२–२।।

जे मजप्रती आपले चित्त स्थिर व एकाग्र करून माझ्या सगुण रूपाची दृढ श्रद्धेने उपासना करतात ते माझ्या भक्तांमधील श्रेष्ठ भक्त होत – कृष्ण

अथ चित्तं समाधातुं न शक्नोषि मयि स्थिरम्।
अभ्यासयोगेन ततो मामिच्छाप्तुं धनञ्जय।। १२–९।।

जर तू माझ्याप्रती दृढ व स्थिरचित्त होऊ शकत नसशील तर तू योगाभ्यासाद्वारे तुझ्या चित्त शक्तीस त्यासाठी सक्षम करून माझ्या प्राप्तीची इच्छा धरू शकतोस.

अभ्यासेऽप्यसमर्थोऽसि मत्कर्मपरमो भव ।
मदर्थमपि कर्माणि कुर्वन् सिद्धिम् अवाप्स्यसि ।।१२–१०।।

जर तू असा योगाभ्यासही करण्यास असमर्थ असशील तर तू तुझे प्रत्येक कर्म माझ्यासाठी म्हणून कर जेणेकरून तू मला प्राप्त करू शकशील.

अथैतदप्यशक्तोऽसि कर्तुं मद्योगमाश्रितः।
सर्वकर्मफलत्यागं ततः कुरु यतात्मवान् ।। १२–११।।

जर तू निरंतर माझ्या स्मरणात राहून अशी साधना करण्यास देखील असमर्थ असशील तर मग दृढ निश्चयाने स्वयं संयमा द्वारे मन व बुद्धीवर नियंत्रण मिळवून तुझी सर्व कर्मे निष्काम भावनेने कर.

ये तु धर्म्यामृतमिदं यथोक्तं पर्युपासते।
श्रद्दधाना मत्परमा भक्तास्तेऽतीव मे प्रियाः।। १२–२०।।

तथापि माझा सर्वात प्रियतम भक्त तो आहे जो माझी शिकवण दृढ भक्तीने, निष्काम भावनेने अनुसरतो, ज्याचे जीवन परम परमात्म्याप्रती प्रीती या एकाच ध्येयास समर्पित असते.

★★★★★

पाठ १३. अध्याय तेरावा

Art by Deeksha Tyagi

दिव्य प्रकृती ही मूलतः सृजनशील असते व ''ईश्वरीय चित्शक्ती'' म्हणून जाणली जाते. ती अनादी आहे व सर्व जीवमात्र तिच्यात समाविष्ट आहेत.

पाठ १३. अध्याय तेरावा. ईश्वरीय चित्-शक्ती.

एखादेवेळी आपण क्रीडांगणावर फेरफटका मारायला गेलो असताना तिथे पुष्कळशी मुले चेंडूच्या सहाय्याने विविध खेळ खेळत असल्याचे दृष्टीस पडते. एकाएकी एखादा चेंडू कुठूनतरी झपाट्याने आपल्या दिशेने येतो. अशा वेळी आपण सतर्क असलो तर त्या चेंडूच्या मार्गातून दूर होऊन त्याचा मार चुकवू शकतो. जर आपण सतर्क नसलो तर त्याचा मार चुकवू शकणार नाही. तद्वतच्, आपण जीवनातही सदैव सतर्क असायला हवे जेणेकरून अवचितरीत्या आलेल्या दुर्धर प्रसंगांचा धक्का आपणास बसणार नाही. जीवनात असे प्रसंग येणे हा जीवनाचा अपरिहार्य भाग आहे याची जाणीव ठेवणे म्हणजेच सतर्क राहणे होय.

भगवान श्रीकृष्ण अर्जुनास सांगते झाले की आपला देह हे एक क्षेत्रच आहे असे समज; आपल्याला तशी जाणीव नेहमी असली पाहिजे. या क्षेत्राच्या व्यवहाराच्या स्वरूपाचे ज्ञान ज्यास पूर्णार्थाने झाले आहे तोच सूज्ञ ज्ञानवंत जाणावा. या क्षेत्राचे पूर्णत्वाने झालेले ज्ञान ही मनुष्याचे दृष्टीने उच्चतम ज्ञानप्राप्ती होय. भगवान श्रीकृष्ण पुढे म्हणतात देह पंचतत्वाने (पृथ्वी, अग्नी, वायू, जल व आकाश यांनी) युक्त आहे. पाच कर्मेंद्रिये (वाणी, हस्त, पद, उपस्थ व गुद) आणि पाच ज्ञानेंद्रिये (कान, त्वचा, डोळे, जीभ व नाक) अशा एकूण दहा संवेदना आणि अकरावी बुद्धी यांचे द्वारा या क्षेत्राचा विश्वाशी संबंध येत असतो, व्यवहार होत असतो. त्यामुळे आपला हा क्षेत्र रूपी देह व बुद्धी यांचे समग्र ज्ञान करून घेणे हे प्रत्येकाचे आद्य कर्तव्य आहे.

ईश्वरीय चित्-शक्ती :-भगवान श्रीकृष्ण अर्जुनास सांगतात की विश्वामध्ये पुरुष व प्रकृती स्वरूपात अनादी द्वैत अस्तित्वात आहे. प्रकृती ही मूलतः सृजनशील असते व ईश्वरीय चित्-शक्ती म्हणून जाणली जाते. प्रकृती पासूनच सर्व गुण-दोषांचे सृजन होत असते. पुरुषा प्रमाणे ही दिव्य प्रकृती देखील अनादी आहे व सर्व जीवमात्र तिच्यात समाविष्ट आहेत.

प्रत्येक प्राणीमात्रात, त्यांच्यात कोणताही भेदभाव न करता, ईश्वराचा अंश वास करीत असतो. नश्वर, अशाश्वत असलेल्या देहाकृतीत शाश्वत, चिरंजीव अशा ईशतत्वाचा निवास असतो.ज्या कोणास हे प्रतीत झाले, ज्या कोणी हे जाणले तोच सूज्ञ जाणावा. कारण अशा ज्ञात्यासच सत्याचे दर्शन व ज्ञान होते. तो हे जाणत असतो की ज्याप्रमाणे प्रचंड, घोंघावणाऱ्या वादळाच्या केंद्रस्थानी शून्य आवेग असतो त्याचप्रमाणे या विश्वातील अनेकानेक शक्तींद्वारे निर्मित विविध प्रकारचे प्रचंड गोंधळ, गदारोळ, अव्यवस्था, कृत्ये इत्यादी सर्वांचे केंद्रस्थानी परम शांतिस्वरूप परमात्म्याचा वास आहे. श्रीमद्भगवद्गीतेत सांगितले आहे की असा ज्ञानी विविध वासनांच्या ज्वालेपासून पूर्णतः सुरक्षित असतो आणि त्यास उच्चतम व अढळ स्थान प्राप्त होते.

★★★★★

इदं शरीरं कौन्तेय क्षेत्रमित्यभिधीयते।
एतद्यो वेत्ति तं प्राहुः क्षेत्रज्ञ इति तद्विदः ।। १३-१।।

हे अर्जुना, मानवी शरीर हे क्षेत्रासमान आहे. या क्षेत्राचे मूळरूप, त्याच्या व्यवहाराचे स्वरूप जो जाणतो तोच खरा ज्ञाता होय.

तत्क्षेत्रं यच्च यादृक्च यद्विकारि यतश्च यत् ।
स च यो यत्प्रभावश्च तत्समासेन मे शृणु ।। १३-३।।

हे क्षेत्र, त्याची उत्पत्ती, स्वरूप, विविध वैशिष्ट्ये, त्याच्या प्रभावाची व्याप्ती व परिणाम याविषयी आणि या सर्वांचे ज्ञान ज्यास आहे, ज्याला क्षेत्रज्ञ म्हणतात या सर्वांविषयी आता मी तुला सविस्तर सांगतो.

महाभूतान्यहंकारो बुद्धिरव्यक्तमेव च ।
इन्द्रियाणि दशैकं च पञ्च चेन्द्रियगोचराः।। १३-५।।

हे क्षेत्र पंच महाभूते, पांच ज्ञानेंद्रिये, पांच कर्मेंद्रिये, मन, बुद्धी, अहंकार आणि मूळप्रकृती म्हणजे ईश्वरीय चित्-शक्ती यांनी परिपूर्ण आहे.

प्रकृतिं पुरुषं चैव विद्ध्यनादी उभावपि।
विकारांश्च गुणांश्चैव विद्धि प्रकृतिसम्भवान्।। १३-१९।।

प्रकृती आणि पुरुष दोन्हीही अनादी असून काम, क्रोध, लोभ, मोह, माया, मत्सर आदी षड्-विकार, रज, तम, सत्व गुणादी पदार्थ इत्यादी सर्व प्रकृती पासूनच निर्माण झालेले असतात.

समं सर्वेषु भूतेषु तिष्ठन्तं परमेश्वरम्।
विनश्यत्स्वविनश्यन्तं यः पश्यति स पश्यति।। १३-२७।।

ज्याचे स्वरूप नाशवंत आहे अशा सर्व चराचर मात्रांमध्ये, सर्व भूतांमध्ये अविनाशी परम ईशतत्वाचा वास आहे हे जो जाणतो व तसे सर्वदा सर्वत्र समत्वाने पाहतो त्याची दृष्टी हीच खरी दृष्टी होय.

समं पश्यन्हि सर्वत्र समवस्थितमीश्वरम्।
न हिनस्त्यात्मनात्मानं ततो याति परां गतिम्।। १३-२८।।

अशा तऱ्हेने जो सर्वांमध्ये समभावाने वास करणाऱ्या परमात्म्याला समचित्त होऊन जाणतो, पहातो म्हणजेच शरीर नष्ट जाहले तरी आत्मा नष्ट होत नाही असे जो जाणतो त्यास प्रकृत्युत्पन्न कुठलाही विकार बाधू शकत नाही.

पाठ १४. अध्याय चौदावा

गुण प्रवृत्तींची निवड

Art by Deeksha Tyagi

राजस वृत्तीतील आसक्ती आणि तामस वृत्तीतील आलस्य यांचा त्याग करुन सात्विक वृत्तीतील शांती व आनंदाचा स्विकार करायला हवा.

पाठ १४. अध्याय चौदावा. प्रकृतीचे त्रिगुणात्मक स्वरूप.

भगवान श्रीकृष्ण अर्जुनास पुढे सांगते झाले की या प्रकृतीचे स्वरूप जाणून घ्यायचे तर तिच्यात अंगीभूत असलेल्या त्रिगुणांची माहिती जाणणे आवश्यक आहे. हे तीन गुण म्हणजे राजस (अस्थिर वृत्ती), तामस (आलस्य वृत्ती) आणि सत्व (शांत वृत्ती).राजस वृत्तीच्या व्यक्तींमधे सतत काहीतरी क्रिया, कार्य करण्याची वृत्ती बलवान असते. त्यांच्या प्रिय- अप्रियतेच्या संकल्पना अगदी ठाम असतात. आसक्ती व मालकी हक्काची वृत्ती तीव्र असते. राजस वृत्ती बलिष्ठ झाल्यास कार्यप्रवण वृत्तीचे रूपांतर अभिलाषा व आसक्ती यात होते आणि आसक्ती नेहमीच दु:खास, विनाशास कारणीभूत होते.

ज्या व्यक्तीची तामस वृत्ती बलवान असते त्या व्यक्तीस आळस, निष्काळजीपणा, औदासीन्य व निष्क्रियता ग्रासून टाकते; प्रिय होते. अशा व्यक्तीस झोप प्रिय असते, त्याची काम टाळण्याची प्रवृत्ती बळावते. ती व्यक्ती स्वतःच विणलेल्या अज्ञानाच्या कोशात राहते. या तामसीवृत्तीतून काहीही लाभदायक निष्पन्न होत नाही.

सात्विक वृत्तीची व्यक्ती प्रामाणिक, अंत:करणाने शुद्ध असून प्रत्येक कार्य पूर्ण निष्ठेने व प्रामाणिकपणे करते. अशी व्यक्ती कशाने बाधित होण्याचा फार कमी संभव असतो. ती व्यक्ती सदोदीत आनंदी, शांत मनोवृत्तीची आणि नवीन ज्ञानार्जनात आनंद उपभोगणारी असते.

आपण जरा चिकित्सकपणे स्वतःकडे बघितले तर असे जाणवेल की, हे तीनही गुण, तीनही वृत्ती आपल्यामध्ये वसत आहेत. प्रसंगपरत्वे, कारणपरत्वे वेळोवेळी ते आपल्यावर परिणाम साधत असतात. राजस व तामस वृत्ती नियंत्रित करून आपल्यातील सत्व गुणाची वाढ कशी होईल यासाठी प्रयत्नशील रहायला हवे.

ज्या व्यक्तीत सत्वगुण बलवान आहे अशी व्यक्ती प्रगती पथावर मार्गक्रमण करून उच्चतम अवस्था प्राप्त करू शकते. राजस गुण बलवान असलेली व्यक्ती मध्यम स्थितीत रहाते, सहसा पतीत होत नाही परंतु तामसी वृत्ती ज्याची बलवान आहे अशा व्यक्तीचे मात्र पतन शीघ्रतेने होऊन ती रसातळास जाते.

अर्जुन भगवान श्रीकृष्णास विचारता झाला, हे प्रभो, जो कोणी असा गुणातीत वृत्तीचा झालेला आहे, ज्याने तीनही गुण प्रवृत्तींवर विजय मिळविलेला आहे अशा व्यक्तीस जाणण्याची, ओळखण्याची काय वैशिष्ट्ये आहेत ते सांगावे.

भगवान श्रीकृष्ण उत्तरले, जी व्यक्ती सुख-दु:खाचे समयी शांत व स्थिरचित्त असते, जिच्यासाठी दगड, माती व सोने समसमान आहे, जी स्तुती, निंदा, मैत्री व शत्रुत्व या सर्वांस समतेने सामोरे जाते अशी व्यक्ति त्रिगुणात्मक वृत्तीच्या पलीकडे पोहचली असून दिव्यत्व प्राप्त केलेली व्यक्ती आहे असे समज.

★★★★★

सत्त्वं रजस्तम इति गुणाः प्रकृतिसम्भवाः।
निबध्नन्ति महाबाहो देहे देहिनमव्ययम्।। १४-५।।

रज, तम व सत्व गुण हे प्रकृत्युत्पन्न असून ते आत्म्यास जड शरीराशी जखडून ठेवण्यास कारणीभूत आहेत आणि हे तिन्ही गुण देह, मन व बुद्धीवर अधिराज्य गाजवितात.

तत्र सत्त्वं निर्मलत्वात्प्रकाशकमनामयम् ।
सुखसङ्गेन बध्नाति ज्ञानसङ्गेन चानघ।। १४-६।।

सत्व गुण निर्मळ व शुद्धतेने युक्त असून त्यामुळे कोणतेही विकार उत्पन्न होत नाहीत.हा गुण आनंद व ज्ञानाप्रती आस याद्वारे व्यक्त होतो.

रजो रागात्मकं विद्धि तृष्णासङ्गसमुद्भवम्।
तन्निबध्नाति कौन्तेय कर्मसङ्गेन देहिनम् ।। १४-७।।

रजोगुणाने इच्छा व आसक्ती उत्पन्न होतात, त्यांच्या पूर्ततेच्या कामनेने केलेल्या कर्मांनी व त्याच्या फळांनी तो बद्ध करतो.

तमस्त्वज्ञानजं विद्धि मोहनं सर्वदेहिनाम्।
प्रमादालस्यनिद्राभिस्तन्निबध्नाति भारत।। १४-८।।

अज्ञानातून तमोगुण निर्माण होतो. तो जीवात्म्यास झोप, आलस्य, निष्क्रियता यांच्या दावणीला बांधतो.

कैर्लिङ्गैस्त्रीन्गुणानेतानतीतो भवति प्रभो।
किमाचारः कथं चैतांस्त्रीन्गुणानतिवर्तते।। १४-२१।।

अर्जुनाने प्रश्न केला, हे भगवन् ज्याने या तिन्ही गुणांवर विजय मिळविलेला आहे अशा पुरुषाची लक्षणं कोणती? मानव कशा रीतीने या तिन्ही गुणांच्या पलीकडे जाण्यात यशस्वी होतो?

प्रकाशं च प्रवृत्तिं च मोहमेव च पाण्डव।
न द्वेष्टि सम्प्रवृत्तानि न निवृत्तानि काङ्क्षति।। १४-२२।।

तो सत्व, रज व तम गुणांची कारक रूपे उत्पन्न झाल्याचा विषाद करीत नाही व उत्पन्न न झाल्यास ती प्राप्त व्हावीत अशी कामनाही करीत नाही,

समदुःखसुखः स्वस्थः समलोष्टाश्मकाञ्चनः।
तुल्यप्रियाप्रियो धीरस्तुल्यनिन्दात्मसंस्तुतिः ।। १४-२४ ।।।

जो मनुष्य निरंतर आत्मानुभवात रममाण असतो, ज्याचेसाठी सुख-दुःख समसमान असतात, जो दगड, माती व सोने यास एकसारखे मानतो, जो ज्ञानी असून ज्याला निंदा व स्तुती एक सारखीच वाटतात,

मानापमानयोस्तुल्यस्तुल्यो मित्रारिपक्षयोः।
सर्वारम्भपरित्यागी गुणातीतः स उच्यते।। १४-२५।।

ज्याचेसाठी मान-अपमानात काहीच फरक नाही, जो मित्र व शत्रू या दोघांसाठी समान वृत्ती ठेऊन असतो आणि ज्याची सर्व कर्मे ही कार्याभिमानारहीत आणि फलासक्ती विरहीत असतात अशा मनुष्यास गुणातीत म्हणतात.

★★★★★

पाठ १५. अध्याय पंधरावा

Art by Deeksha Tyagi

या विश्वाची निर्मिती सहेतुक केली गेलेली असून एक दिव्य ईश्वरीय उद्देश या निर्मितीमागे आहे. ही निर्मिती अपघाताने, योगायोगाने, अचानक व निर्हेतुक झालेली नाही. विश्वात प्रतीत होणाऱ्या, भासमान असणाऱ्या सर्व व्यवस्थेमागे, गोंधळा मागे देखील दिव्य ईश्वरीय सुसूत्रता आहे.

पाठ१५. अध्याय पंधरावा. निर्मितितील ईश्वरीय कार्यकारणभाव

या अध्यायात भगवान श्रीकृष्ण अर्जुनास विश्वोत्पत्ती मागे असलेल्या ईश्वरीय कार्यकारणभावाबाबत निवेदन करतात. ते म्हणतात, या विश्वाची निर्मिती सहेतुक केली गेलेली असून एक दिव्य ईश्वरीय उद्देश या निर्मितीमागे आहे. ही निर्मिती अपघाताने, योगायोगाने, अचानक व निर्हेतुक झालेली नाही. विश्वात प्रतीत होणाऱ्या, भासमान असणाऱ्या सर्व अव्यवस्थेमागे, गोंधळा मागे देखील दिव्य ईश्वरीय सुसूत्रता आहे. ते पुढे म्हणतात सर्व प्राणिमात्र, सर्व विश्व हे परम परमात्म्यापासून निर्माण झाले असून प्रत्येक प्राणिमात्रात वास करणारा जीवात्मा हा या परम परमात्म्याचा सूक्ष्मतम अंशमात्र आहे.

हे विश्व नभांगणात असलेले अनंत तारे, तारका, चंद्र, सूर्य इत्यादींच्या प्रकाशाने उजळले जात आहे. या सर्वांच्या प्रकाशाचा स्त्रोत देखील दिव्य परमात्मा आहे. अग्नीस प्रदीप्त करणारा आणि सर्व प्राणीमात्रातील प्राणशक्ती देखील हाच दिव्य परमात्मा आहे.

आपल्या जगतात दोन प्रकारची अस्तित्वे आहेत. एक जे विनाशी असते. दुसरे जे अविनाशी आहे. सर्व प्राणीमात्र पहिल्या प्रकारचे असून दिव्य ईश्वरीय अस्तित्व हे अविनाशी, अनंत आहे. आणि ते असे अविनाशी, अनादी, अनंत असल्याने ज्ञाते, सूज्ञ व प्राचीन वेदांनी यास परम आत्मा असे संबोधिले आहे.

★★★★★

ममैवांशो जीवलोके जीवभूतः सनातनः।
मनःषष्ठानीन्द्रियाणि प्रकृतिस्थानि कर्षति ।।१५-७।।

भगवान श्रीकृष्ण म्हणतात, सर्व जीवमात्रांची माझ्याच पासून उत्पत्ती होते आणि त्यामुळे त्यांच्यातील जीवात्मा हा माझ्याच चित् शक्तीचा अंश आहे. प्रकृतीतही मीच असल्याने जीवात्म्याच्या मन व पंचेंद्रियांचे संचालनही मीच करतो.

यदादित्यगतं तेजो जगद्भासयतेऽखिलम्।
यच्चन्द्रमसि यच्चाग्नौ तत्तेजो विद्धि मामकम्।।१५-१२।।

हे अर्जुना, अखिल विश्वाला प्रकाशमान करणाऱ्या अनंत ताऱ्यांचे, सूर्याचे, चंद्राचे, अग्नीचे तेज देखील मीच आहे. प्रकाश आणि आभा ही देखील माझीच रूपे आहेत असे समज.

अहं वैश्वानरो भूत्वा प्राणिनां देहमाश्रितः।
प्राणापानसमायुक्तः पचाम्यन्नं चतुर्विधम्।।१५-१४।।

सर्व प्राणीमात्रांचे देहातील प्राण व अपान यांनी युक्त अशा वैश्वानर अग्नीचे रूप धारण करून मीच चारही प्रकारच्या अन्नाचे पाचन करून देह्धारणेची व्यवस्था करतो.

द्वाविमौ पुरुषौ लोके क्षरश्चाक्षर एव च।
क्षरः सर्वाणि भूतानि कूटस्थोऽक्षर उच्यते।।१५-१६।।

या विश्वातील सर्वकाही नश्वर आणि शाश्वत (अविनाशी) अशा दोनच स्वरूपात असते. सर्व प्राणीमात्रांचे देह नश्वर तर त्यांत वसणारा, माझाच अंश धारण करणारा जीवात्मा हा अविनाशी असतो.

यस्मात्क्षरमतीतोऽहमक्षरादपि चोत्तमः।
अतोऽस्मि लोके वेदे च प्रथितः पुरुषोत्तमः।।१५-१८।।

मी जडतत्त्वाच्या अतीत आहे. अविनाशी जीवात्म्याच्या पेक्षाही उच्च, उत्तम असल्याने या जगतात आणि वेदांमध्ये देखील मला परम आत्मा, पुरुषोत्तम म्हणून संबोधिले गेले आहे.

★★★★★

पाठ १६. अध्याय सोळावा

मनुष्यमात्र त्यांच्या त्यांच्या वर्तणुकीनुसार दोन पैकी एक गुण वैशिष्ट्य धारण करणारे असतात-दैवी अथवा आसुरी.

पाठ १६.अध्याय सोळावा. दोन गुण वैशिष्ट्ये: दैवी व आसुरी.

भगवान श्रीकृष्ण अर्जुनास पुढे सांगते झाले की, मनुष्यमात्र त्यांच्या त्यांच्या वर्तणुकीनुसार दोन पैकी एक गुणवैशिष्ट्य धारण करणारे असतात
– दैवी अथवा आसुरी.

सर्वसाधारणपणे असे निदर्शनास येते की विविध प्रकारचे लोक जेव्हा कोणत्याही सामूहिक कारणास्तव जमा होतात तेव्हा त्यातील एक समान प्रवृत्ती असलेले व समविचारी लोक आपोआपच एका गटात एकत्र येतात.

यातील एका गटातील लोक प्रामाणिकपणे, विशुद्ध हेतूने चांगल्या गोष्टींची चर्चा करीत असतात. त्याद्वारे ते स्वतःला अधिक विशुद्ध व उन्नत मार्गाकडे अनायसे नेत असतात. अशी माणसे क्रोधविरहित, अहिंसक वृत्तीची व सत्यप्रिय असतात. ती इतरांमध्ये दोष शोधत नाहीत, तसेच ती शांतीप्रिय असून इतरांप्रति त्यांना माया, प्रेम व करुणा असते. लालसेचा त्यांना स्पर्श नसतो. त्यांच्या वागण्यात, वाणीत मार्दव, विनय व नम्रपणा असतो. अशा लोकांच्या सहवासात विशुद्धता प्रत्ययास येते कारण ते सर्वथा संतुलित, मत्सर, गर्व व अहंकारहीन असतात. अशा व्यक्तीस दैवी गुण वैशिष्ट्याची व्यक्ति असे म्हणता येईल.

दुसऱ्या गटातील लोक आत्मप्रौढी मिरविणारे, अहंकारी, गर्विष्ठ व घमंडी असतात. त्यांच्यातील अहंकार जणू काही एकमेकांशी स्पर्धा करीत असतो. ते त्यास प्रिय असल्याने या दुर्गुणांना त्यांचे कडून प्रोत्साहन मिळत असते. अशा समविचारी इतरांबरोबर राहण्यात त्यांना आनंद वाटतो. ते ठामपणे म्हणत असतात की या जगतात सत्य अथवा ईश्वर असे काही अस्तित्वातच नाही. हे जग योगायोगाने, अपघाताने अस्तित्वात आलेले असून इच्छा, आकांक्षा व लालसा या जगाचे चलन करीत आहेत. असे लोक सदैव सत्ता व संपत्तीवर कब्जा करण्यात व्यस्त असतात. त्यांना लालसा तृप्तीतच आनंद प्राप्त होतो त्यामुळे व त्यासाठी ते सतत असा सत्ता संपत्तीचा हव्यास करीत असतात. लालसा व कामक्रोधाच्या जाळ्यात अडकल्याने त्यांना योग्य अयोग्य कर्मा विषयी भान राहत नाही. ते सदोदित चिंताग्रस्त असतात. चांगुलपणा व ईश्वर या दोन्ही बाबत त्यांच्यात नावड असते. भगवान श्रीकृष्णांनी अशा लोकांना गीतेमध्ये आसुर प्रवृत्तीचे असे म्हणले आहे.

महाअंध:काराची तीन द्वारे – वासना, क्रोध आणि लालसा ही अंध:कार, अधोगती व पतनाची तीन महाद्वारे आहेत. आसुरी प्रवृत्ती असणारे या तीन द्वारांमध्येच अडकून पडतात. परंतु जे ईश्वरीय, दैवी गुणप्रवृत्तीचे असतात ते या तीनही गोष्टींचा त्याग करतात आणि म्हणून सदैव मुक्त असतात.

★★★★★

अभयं सत्त्वसंशुद्धिर्ज्ञानयोगव्यवस्थितिः।
दानं दमश्च यज्ञश्च स्वाध्यायस्तप आर्जवम्।। १६-१।।

भगवान श्रीकृष्ण म्हणाले, निर्मळ अंतःकरण, निर्भयता, ज्ञानप्राप्तीसाठी दृढ योगसाधना, कर्म आणि ज्ञानेंद्रियांचे दमन तसेच मन व बुद्धीवर पूर्ण नियंत्रण, वेदाध्ययन, उत्तम कर्मानुसरण...

अहिंसा सत्यमक्रोधस्त्यागः शान्तिरपैशुनम्।
दया भूतेष्वलोलुप्त्वं मार्दवं ह्रीरचापलम् ।।१६-२।।

क्रोधापासून मुक्ती, सत्य व अहिंसेचे पालन, अहंकाराचा त्याग, जन निंदेचा त्याग, आसक्ती आणि लालसेचा त्याग, सर्व प्राणीमात्रांप्रती विशुद्ध व निर्हेतुक प्रेम, दया, समर्पण आणि दृढ निश्चय...

तेजः क्षमा धृतिः शौचमद्रोहो नातिमानिता।
भवन्ति सम्पदं दैवीमभिजातस्य भारत।।१६-३।।

गर्व व अभिमान विरहित असणे, क्षमाशील, धैर्यवान आणि सदैव संतुलीत असणे इत्यादी सर्व लक्षणे ही दैवी प्रवृत्ती घेऊन जन्मास आलेल्यांची असतात.

दम्भो दर्पोऽभिमानश्च क्रोधः पारुष्यमेव च।
अज्ञानं चाभिजातस्य पार्थ सम्पदमासुरीम्।।१६-४।।

हे अर्जुना, अहंकार, गर्व, घमेंड, क्रोध, कठोरता व अज्ञान ही लक्षणे आसुरी प्रवृत्तीच्या माणसांची होत.

दैवी सम्पद्विमोक्षाय निबन्धायासुरी मता।
मा शुचः सम्पदं दैवीमभिजातोऽसि पाण्डव ।।१६-५।।

दैवी, ईश्वरीय गुणप्रवृत्ती ही मुक्तीची कारक तर आसुरी वृत्ती ही बंधनांची कारक असते परंतू हे अर्जुना तू विषाद मानू नकोस कारण तू ईश्वरीय गुणवृत्ती घेऊनच जन्मास आला आहेस.

प्रवृत्तिं च निवृत्तिं च जना न विदुरासुराः।
न शौचं नापि चाचारो न सत्यं तेषु विद्यते।।१६-७।।

आसुरी प्रवृत्तीचे लोक योग्य-अयोग्य कर्म जाणत नाहीत, ते अज्ञानी असून संयम, निवृत्ती, विश्वासार्हता, सत्यनिष्ठा यांचा त्यांचे ठायी पूर्ण अभाव असतो.

असत्यमप्रतिष्ठं ते जगदाहुरनीश्वरम्।
अपरस्परसम्भूतं किमन्यत्कामहैतुकम्।।१६-८।।

आसुरी वृत्तीचे लोक हे जग सत्य विरहित, खोटे आहे असे म्हणणारे व ईश्वराचे अस्तित्व नाकारून विश्वनिर्मिती देखील केवळ कामभावनेचा परिपाक असल्याचे म्हणतात.

काममाश्रित्य दुष्पूरं दम्भमानमदान्विताः।
मोहाद्गृहीत्वासद्ग्राहान्प्रवर्तन्तेऽशुचिव्रताः।।१६-१०।।

उद्दामपणा, गर्व, अहंकार अंगी बाणलेले हे आसुरी वृत्तीचे लोक कधीही शमन न होणाऱ्या लालसा व कामनांनी लिप्त असल्याने, अज्ञानी असल्याने तरीही अशा कामनापूर्तीसाठी सत्ता व संपत्ती यांचा हव्यास करीत रहातात.

★★★★★

पाठ १७. अध्याय सतरावा

इतकेच काय मनुष्यमात्राचा आहार देखील प्रत्येकाचे स्वाद, आवड आणि निवड प्राधान्यानुसार या तीन गुणप्रवृत्तींनी युक्त असतो. व्यक्ती विशेषत्वानुसार आहार देखील सात्विक, राजस व तामस स्वरुपाचा असतो.

पाठ१७. अध्याय सतरावा. श्रध्दा व त्रिगुणात्मक प्रवृत्ती.

अर्जुनाने भगवान श्रीकृष्णास विचारले की जेंव्हा एखादी व्यक्ती शास्त्रसंमत पध्दती व्यतिरिक्त परंतू अत्यंत श्रद्धायुक्त अंतःकरणाने व अत्युच्च समर्पण भावनेने एखादे कर्म करते त्यावेळची त्या व्यक्तीची श्रद्धा राजस, तामस की सात्विक समजायची ?

भगवान श्रीकृष्ण म्हणतात की प्रत्येक व्यक्तीत या तीनही गुणप्रवृत्तींचा वास असतो; त्यांच्या विविध छटा व्यक्तींमधे पहावयास मिळतात.यापैकी ज्या गुणप्रवृत्तीचे प्राबल्य असेल त्याप्रमाणे त्या व्यक्तीचे व्यक्तित्व, स्वभाव घडतो आणि मग त्याचे आचरणदेखील तसे होते.

त्याचप्रमाणे व्यक्तीद्वारे केली जाणारी कर्मे, तप, त्याग किंवा अगदी दान आणि परोपकार या सर्वांवर देखील त्या तीनही गुणप्रवृत्तींचा प्रभाव असतो. श्रद्धादेखील या तीन गुणप्रवृत्तीनुसार वैविध्य धारण करते. प्रत्येक व्यक्तीची श्रध्दा ही वेगवेगळी असते. तिचे स्वरूप त्या व्यक्तीच्या नैसर्गिक भावनेवर अवलंबून असते. ज्याची ज्या प्रकारची श्रद्धा तो त्या प्रकारे वर्तन करतो, जीवन जगतो. इतकेच काय मनुष्य मात्राचा आहारदेखील त्याचे त्याचे स्वाद, आवड आणि निवड यांच्या प्राधान्या नुसार या तीन गुणप्रवृत्तींनी युक्त असतो. व्यक्ती विशेषत्वानुसार आहार देखील सात्विक, राजस किंवा तामस स्वरूपाचा असतो.

मनुष्य मात्राचे विचार, स्वभाव, वर्तन आणि स्वास्थ्य या सर्वांवर ती व्यक्ती ज्या तऱ्हेचा आहार घेते त्याच्या स्वरूपाचा प्रत्यक्ष परिणाम होत असतो. विद्यार्थ्यांनी, विशेषत्वेकरून आपण कोणत्या तऱ्हेचा आहार घेत आहोत याविषयी tkx:d व सतर्क राहिले पाहीजे जेणेकरून आपले मनःस्वास्थ्य व शरीरस्वास्थ्य दोषांपासून, रोगांपासून मुक्त राहील, चांगले राहील.

सात्विक आहार हा बल, बुद्धीची वृद्धी करणारा, पौष्टिक, ताज्या व रसाळ पदार्थांनी युक्त असतो. सात्विक प्रवृत्तीचे लोकांना हा आहार प्रिय असतो व त्यामुळे त्यांना दीर्घायुरारोग्याचा लाभ होतो.

राजस प्रवृत्तीच्या लोकांना कडू, आंबट, खारट, तिखट व रसशोषक प्रकारचा राजस आहार प्रिय असतो. अशा आहाराच्या सेवनाने काळजी, चिंता व लहरीपणा वाढतो, प्रकृतीवर दुष्परिणाम होतो. त्यामुळे कोणत्याही रोगाची त्यास yodj लागण होऊ शकते. तामसी वृत्तीच्या लोकांना शिळे, कच्चे, रसहीन, उच्छीष्ट असा तामसी आहार प्रिय असतो. तीन गुणप्रवृत्तींच्या आहारांपैकी हा अगदी कनिष्ठ प्रकारचा व त्याज्य आहार आहे.

याआधी आपण असे माहिती करून घेतले आहे की या तीन गुणप्रवृत्तींपैकी सात्विक गुणप्रवृत्ती सर्वोत्तम असल्याने आपणही तीच प्रवृत्ती धारण करणे सर्वथा योग्य आहे जेणेकरून आपली सर्व कर्मे, सर्व विचार ही समर्पण वृत्तीची होतील आणि अंततः हेच आपल्या उत्थानासाठी सहाय्यकारी होईल.

★★★★★

त्रिविधा भवति श्रद्धा देहिनां सा स्वभावजा ।
सात्त्विकी राजसी चैव तामसी चेति तां शृणु ।।१७-२।।

भगवान श्रीकृष्ण म्हणतात, हे अर्जुना, मनुष्यमात्रात निव्वळ स्वभावतः निर्माण होणारी श्रध्दा ही त्याच्या अंगीभूत प्रभावशाली गुणप्रवृत्तीनुसार सात्विक, राजस किंवा तामसिक अशा तीनपैकी एका प्रकारची असते.

सत्त्वानुरूपा सर्वस्य श्रद्धा भवति भारत।
श्रद्धामयोऽयं पुरुषो यो यच्छ्रद्धः स एव सः।।१७-३।।

प्रत्येक व्यक्तीची श्रध्दा वेगळी असते. ती त्याच्या अंतःकरणाप्रमाणे असते. जसे त्याचे अंतःकरण व श्रध्दा तशी ती व्यक्ती स्वतः असते.

आहारस्त्वपि सर्वस्य त्रिविधो भवति प्रियः ।
यज्ञस्तपस्तथा दानं तेषां भेदमिमं शृणु ।।१७-७।।

त्या त्या व्यक्तीच्या गुणप्रकृती प्रमाणे त्यास प्रिय असणारा आहार, भोजन हेदेखील तीन प्रकारचे असते. त्यांची विविध कर्मे, तप, त्याग, दानादी परोपकार देखील त्रिभेदात्मक आहेत. ते तुला विस्ताराने सांगतो.

आयुः सत्त्वबलारोग्य सुखप्रीतिविवर्धनाः।
रस्याः स्निग्धाः स्थिरा हृद्या आहाराः सात्त्विकप्रियाः।।१७-८।।

सात्विक गुणवृत्तीच्या व्यक्तीस रसयुक्त, स्निग्ध, सकस, पौष्टिक, ताजा, बल, बुध्दी व आयुष्य वृद्धिंगत करणारा आहार प्रिय असतो.

कट्वम्ललवणात्युष्णतीक्ष्णरूक्षविदाहिनः।
आहारा राजसस्येष्टा दुःखशोकामयप्रदाः।।१७-९।।

राजस वृत्तीचे लोकास कटु, खारट, तिखट व रसशोषक आहार प्रिय असतो. परिणामतः त्यांना काळजी, चिंता व दुखणी यांनी ग्रासलेले असते.

यातयामं गतरसं पूति पर्युषितं च यत्।
उच्छिष्टमपि चामेध्यं भोजनं तामसप्रियम् ।।१७-१०।।

तामसी वृत्तीच्या लोकांना अर्ध कच्चे, अपक्व, शिळे, चव, रस, गंधहीन आहाराची गोडी असते.

दातव्यमिति यद्दानं दीयतेऽनुपकारिणे ।
देशे काले च पात्रे च तद्दानं सात्त्विकं स्मृतम्।।१७-२०।।

कोणतीही अभिलाषा, इच्छा, कामना न ठेवता, उपकार करण्याची वृत्ती न ठेवता केवळ दानासाठी म्हणून जे दान योग्य वेळी, योग्य व्यक्तीस दिले जाते ते सात्विक दान होय.

★★★★★

पाठ १८. अध्याय अठरावा

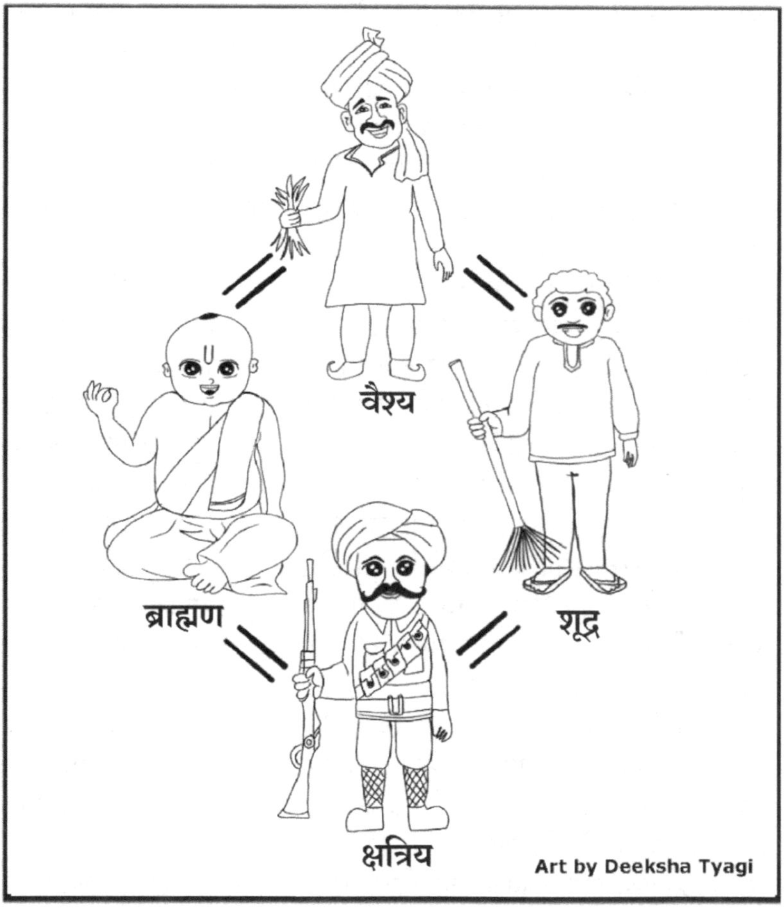

भगवान श्रीकृष्णांनी सांगितल्याप्रमाणे हे निखालसपणे स्पष्ट आहे की व्यक्तीचा वर्ण ती व्यक्ती कोणत्या ''वर्णात'' जन्माला आली याने ठरत नसून ज्या वर्णाची ''कर्म वैशिष्ठ्ये'' घेऊन ती जन्मास आली आहे त्यानुसार ठरतो.

पाठ १८. अध्याय अठरावा. वर्ण समानता व मुक्ती.

श्रीमद् भगवद् गीतेच्या या अंतीम अध्यायात अत्यंत महत्वाचा विषय मोक्ष अथवा मुक्तीचे स्वातंत्र्य या विषयी विवेचन आहे.

या अध्यायात भगवान श्रीकृष्ण अर्जुनास सांगतात की व्यक्तीस मुक्ती ही त्याच्या कर्म / कर्तव्य पालनाद्वारेच मिळू शकते. कर्मत्याग करून मुक्ती मिळविणे अशक्य आहे. जनधारणे विपरीत, सत्य खरे तर हेच आहे की कोणताही कर्मत्याग न करता मुक्त व आनंदी जीवन जगणे शक्य आहे.

भगवान श्रीकृष्ण पुढे विषद करतात की प्रत्येक व्यक्ती तिच्या व्यक्तिगत स्वभाव प्रकृतीनुसार सुयोग्य अशा जीवन व्यतीत करण्याच्या मार्गाची निवड करू शकते आणि अशा रीतीने निवड केली तरच त्या मार्गाने ती व्यक्ती सर्व बाबतीत परिपूर्णता प्राप्त करू शकते.

भगवान श्रीकृष्ण पुढे सांगतात की मनुष्यमात्राची जीवनप्रणाली / पध्दती मुख्यतः चार प्रकारांपैकी एका प्रकारची असते व व्यक्ती यापैकी ज्या प्रकारच्या पद्धतीची / जीवनप्रणालीची गुण वैशिष्ट्ये धारण करून जन्म घेते त्यानुसार तिची ती जीवनप्रणाली होते. या वर्गीकरणास चातुर्वर्ण्य म्हणून संबोधीले जाते व हे सर्व एकसमान असून यातील कोणताही वर्ण एकमेकाचे तुलनेत श्रेष्ठ व कनिष्ठ नसून सर्व समसमान महत्तेचे आहेत. भगवान श्रीकृष्णांनी सांगितल्याप्रमाणे हे निखालसपणे स्पष्ट आहे की व्यक्तीचा वर्ण ती व्यक्ती कोणत्या वर्णात जन्माला आली याने ठरत नसून ज्या वर्णाची गुणवैशिष्टये घेऊन ती जन्मास आली, त्यानुसार ठरतो परंतु दुर्दैवाने मानवाने वर्ण व जन्म यांचीच सांगड घालून टाकली आहे आणि केवळ सांगड घालून मनुष्य थांबला नाही तर त्यात उच्च नीच असा भेदभाव देखील तो करू लागला.

भगवान श्रीकृष्ण या चारही प्रकारच्या जीवनप्रणालींची गुणवैशिष्टये वर्णन करून सांगतात ज्याआधारे प्रत्येकजण आप-आपली गुणवैशिष्ट्ये ओळखून त्यात निपुणता प्राप्त करण्यासाठी निवड करू शकतो. तुम्हाला हे ऐकून आश्चर्य वाटेल की जगभराचे प्रतिथयश, सुप्रसिद्ध समुपदेशक व मानसतज्ज्ञ हे त्यांचेकडे, पुढील आयुष्यासाठी कार्यक्षेत्राची निवड करण्याबाबत मार्गदर्शन घेण्यासाठी आलेल्या व्यक्तीची सर्वप्रथम गुणप्रवृत्ती, कौशल्ये इत्यादीं ची माहिती करून घेऊन, त्याचे मूल्यांकन करून मगच मार्गदर्शन करतात न की ती व्यक्ति कोणत्या वर्णात जन्माला आली आहे हे पाहून. ज्यांची गुणप्रवृत्ती शांत व स्थिरचित्त स्वरुपाची आहे त्यास तसे रहाणे प्रिय असते. त्यांना सत्याचे आकलन आणि अध्यात्मिक ज्ञान प्राप्त करण्याची ओढ-आवड असते. या गुणवैशिष्ट्याच्या व्यक्तीस ब्राम्हण वर्णाची जाणावे.

ज्या व्यक्तीमध्ये नेतृत्वगुण असतात व जी युध्द अथवा इतर आव्हानात्मक कार्य पार पाडण्यात आनंद मानते अशा गुणवैशिष्ट्याच्या व्यक्तीस क्षत्रिय वर्णाची जाणावे.

जी व्यक्ती व्यापार उदीम, कलाक्षेत्र, कृषिक्षेत्र यात निपुण असून या कार्यात जिला आनंद मिळतो अशा गुणवैशिष्ट्याच्या व्यक्तीस वैश्य वर्णाची जाणावे. आणि शेवटी, ज्या सहृदय व्यक्तीस सेवाव्रत वृत्तीने राहून मानव जातीचे कल्याणा करीता विविध प्रकारे सेवाकार्य प्रदान करण्यात स्वारस्य आणि निपुणता असते अशा गुणवैशिष्ट्याच्या व्यक्तीस शूद्र वर्णाची जाणावे.

एकंदरीत पाहता या चारही प्रकारच्या कार्यात कार्यरत असलेल्या व्यक्तीचे समसमान महत्व आहे व अखिल मानव जातीचे कल्याणासाठी, उत्थानासाठी, प्रगतीसाठी सर्वच वर्णाच्या व्यक्ती तितक्याच महत्वाच्या आणि अत्यावशक असतात. दुर्दैव असे आहे की भगवान श्रीकृष्णांनी इतक्या स्पष्टपणे समजावून दिलेला हा संदेश मानवाला कळलेलाच नाही आणि म्हणून अज्ञानातून आपल्या देशातील काही भागात अजूनही जाती-जातींमध्ये, वर्णा-वर्णांमध्ये उच्च-नीच असा भेदाभेद केला जातो आणि जात-वर्ण कर्माने न ठरविता जन्माने ठरविले जातात.

आपल्यासारख्या विशाल दृष्टीकोन बाळगणाऱ्या व वैश्विक भावनेच्या विद्यार्थ्यांनी अशा उच्च-नीच भेदास अजिबात थारा न देता, त्याचे समर्थन न करता भगवान श्रीकृष्णांनी सांगितल्यानुसार सर्व जातींच्या, वर्णांच्या व्यक्तींकडे एक सारख्या आदराने पाहिले पाहीजे, त्यांचे बरोबर एकसारखे वर्तन केले पाहिजे. कारण आपण सर्वजण हे जाणतो की प्रत्येकाचे अंतर्यामी त्या एकाच परम परमात्म्याचा अंश वास करीत आहे. श्रीमद् भगवद् गीतेमधील या संकेतार्थाचा उपयोग करून आपण स्वतःची प्रकृती व प्रवृत्ती जाणून घेऊन त्यानुसार आपल्या आयुष्याचा मार्ग निवडून आपल्या उन्नतीसाठी, प्रगतीसाठी आपल्या अंगीची कौशल्ये अधिक परिपूर्ण बनविण्यासाठी प्रामाणिकपणे प्रयत्नरत रहायला हवे. अशा रीतीने आपण तर खऱ्या अर्थाने मुक्तीचा आनंद मिळवितोच पण हे जग देखील अवघे विश्वची माझे घर या धारणेने सुखावह होते. सर्वात शेवटी भगवान श्रीकृष्णांनी अर्जुनास विचारले की त्याने हा संपूर्ण गीतोपदेश एकाग्रचित्त होऊन ऐकला आहे ना? त्याच्या मनातील संभ्रम दूर झाला आहे ना? त्यास वाटणारी हताशा, दुःख नष्ट झाली आहेत ना?

इथे आपण एका अतिशय लक्षणीय अशा गोष्टीची नोंद घ्यायला हवी आणि ती म्हणजे भगवान श्रीकृष्णांनी गीतोपदेश करून झाल्यावर अर्जुनाने पुढे काय करायचे या विषयीचा निर्णय सर्वस्वी त्याच्यावरच सोपविलेला आहे. वीर योध्दा आणि सूज्ञ शिष्य असलेल्या अर्जुनाने त्यांना तत्काळ दिलेला प्रतिसादही फार सुरेख आहे. तो म्हणतो,

"हे कृष्णा, माझ्या मनातील संभ्रम पूर्णतः नष्ट झालेला आहे, संभ्रमित झालेली बुध्दी, स्मृती पूर्वपदावर आलेली आहे. भगवन् हे सर्व केवळ आपल्याच कृपेने घडून आलेले आहे. मी आता कृतनिश्चयी झालो असून माझ्या सर्व शंकांचे पूर्ण निरसनही झालेले आहे. आपल्या अनमोल वचनांच्या अनुसार मी आता माझे विहीत कर्म पार पाडीन."

★★★★★

काम्यानां कर्मणां न्यासं संन्यासं कवयो विदुः ।
सर्वकर्मफलत्यागं प्राहुस्त्यागं विचक्षणाः॥१८-२॥

विद्वान लोकांच्या मते काही कामना करून, इच्छा करून जी कर्मे केली जातात त्यांचा त्याग करणे म्हणजे संन्यास होय तर काही विचारवंतांच्या मते सर्वच कर्तव्य व कर्मांच्या फलांचा सर्वथा त्याग हाच खरा त्याग होय.

कार्यमित्येव यत्कर्म नियतं क्रियतेऽर्जुन।
सङ्गं त्यक्त्वा फलं चैव स त्यागः सात्त्विको मतः॥१८-९॥

जेव्हा शास्त्र विहीत कर्मे केवळ कर्तव्य भावनेने, कुठल्याही फलाची आसक्ती न बाळगता केली जातात तेव्हा या त्यागास सात्विक त्याग म्हणले जाते.

नियतं सङ्गरहितमरागद्वेषतः कृतम् ।
अफलप्रेप्सुना कर्म यत्तत्सात्त्विकमुच्यते ॥१८-२३॥

जे कर्म शास्त्र नियमानुसार त्याच्या कर्तेपणाचा अभिमान न बाळगता, क्रोध, द्वेषादी विरहित भावनेने, त्यांच्या फलाची आसक्ती न ठेवता केले जाते ते कर्म सात्विक कर्म होय.

ब्राह्मणक्षत्रियविशां शूद्राणां च परन्तप ।
कर्माणि प्रविभक्तानि स्वभावप्रभवैर्गुणैः ।।१८-४१।।

व्यक्तीच्या जन्मजात, उपजत, स्वभाव गुणवैशिष्ट्यांनी युक्त कर्मे ब्राह्मण, क्षत्रिय, वैश्य व शूद्र अशा चार, एकसारखे महत्त्व असलेल्या वर्गांमध्ये वर्गीकृत केली गेलेली आहेत.

शमो दमस्तपः शौचं क्षान्तिरार्जवमेव च ।
ज्ञानं विज्ञानमास्तिक्यं ब्रह्मकर्म स्वभावजम् ।।१८-४२।।

आत्मसंयम, अंतर्बाह्य शुध्दता, मन, इंद्रिये व शरीर यांचा निग्रह, क्षमा, शान्तिवृत्ती, अध्ययन व अध्यापन करणे आणि ज्ञान व सत्याची आस असणे ही ज्याची स्वाभाविक गुणवैशिष्ट्ये आहेत तो ब्राह्मण जाणावा.

शौर्यं तेजो धृतिर्दाक्ष्यं युद्धे चाप्यपलायनम् ।
दानमीश्वरभावश्च क्षात्रं कर्म स्वभावजम् ।।१८-४३।।

धैर्यशीलता, वीरता, आपत्तींना निडरतेने सामोरे जाणे, दातृत्व, नेतृत्व कौशल्य ही ज्याची स्वाभाविक गुणवैशिष्ट्ये आहेत तो क्षत्रिय जाणावा.

कृषिगौरक्ष्यवाणिज्यं वैश्यकर्म स्वभावजम् ।
परिचर्यात्मकं कर्म शूद्रस्यापि स्वभावजम् ।।१८-४४।।

कुशल कारागिरी, गो-पालन व कृषी कर्मे, सचोटीचा व्यापार-व्यवहार ही ज्याची स्वाभाविक गुणवैशिष्ट्ये आहेत तो वैश्य जाणावा.आणि सर्व वर्णातील लोकांची सेवा करणे हे शूद्राचे स्वाभाविक कर्म असते.

कच्चिदेतच्छ्रुतं पार्थ त्वयैकाग्रेण चेतसा ।
कच्चिदज्ञानसम्मोहः प्रनष्टस्ते धनञ्जय ।।१८-७२।।

हे अर्जुना, हे गीताशास्त्र जे मी तुला कथन केले ते तू नीट एकाग्रचित्ताने ऐकले आहेस ना? अज्ञान स्वरूप तुझ्यात जो मोह निर्माण झाला होता तो नष्ट झाला ना?

अर्जुन उवाचः-

नष्टो मोहः स्मृतिर्लब्धा त्वत्प्रसादान्मयाच्युत ।
स्थितोऽस्मि गतसन्देहः करिष्ये वचनं तव ।।१८-७३।।

अर्जुन म्हणाला, हे प्रभो, आपल्या कृपेमुळे माझा संभ्रम व मोह नष्ट झाला असून माझी मती व स्मृति आता परत प्राप्त झाली आहे. पूर्णतः संशय रहीत असा मी आता आपले आज्ञापालन करीन, माझी कर्तव्यपूर्ती करीन.

।। शुभम् भवतु ।।

★★★★★

माझ्या विद्यार्थी मित्रांनो, भगवान श्रीकृष्णांचे अनुकरण करीत मीदेखील तुम्हा सर्वांना विचारत आहे, ''तुम्ही ह्या नितांत सुंदर भगवद्गीते विषयी आत्तापर्यंत जे जे वाचले, ऐकले आहे ते ते तुम्हास आवडले आहे ना? त्याने तुम्हास आनंद व नवीन ज्ञान प्राप्त झाले आहे ना? मग तुम्ही आता या जगताच्या, मानव जातीच्या उज्वल भविष्याचे शिल्पकार होणार ना? वीर विजेते होणार ना?''

योग्य त्या मार्गाची निवड करण्याचे निर्णय स्वातंत्र्य तुम्हास आहेच. तुम्ही निवडलेल्या पथावर तुम्हांला यश प्राप्त होवो अशी भगवान श्रीकृष्णांकडे प्रार्थना .

।। शुभम् भवतु ।।

पाठ १९ एकोणविसावा अध्याय

भगवान श्रीकृष्णांनी अर्जुनास गीतेद्वारा उपदेश केल्याचे सर्वश्रुत आहे. काही महिन्यांपूर्वी एका विचारवंताचे तत्वज्ञानविषयक पुस्तक वाचण्यात आले. काही पाने वाचून झाली असतील आणि त्यातील एका वाक्याशी एकदम थबकलो. गीतेसंदर्भात भाष्य केलेले होते आणि त्यात गीतेमधे एकोणवीस अध्याय असल्याचा उल्लेख आला होता. मनात विचार आला, ही एवढी मोठी चूक नक्कीच 'उप संपादकांची डुलकी' या प्रकारात मोडणारी असावी.

इतकी मोठी चूक संपादकांच्या नजरेतून सुटावी याचे मला खूपच आश्चर्य वाटले वा जरा धक्काच बसला म्हणाना! पण इतरांच्या चुकांवर भाष्य करणे, त्याचा त्रास करून घेणे, योग्य नसल्याने मी त्या विषयाला तिथेच पूर्णविराम दिला. बाह्यांतरी हा विषय संपलेले होता, तरी अर्थातच ती गोष्ट माझ्या आत कुठे तरी दडून बसली असावी. परिणामतः माझे अंतर्मनात त्यावर अनायास मंथन सुरू झाले. श्रीगुरुपौर्णिमेच्या आदल्या दिवशी सुप्त अंतर्मनातून काही सूचक विचार वर येण्यास सुरुवात झाली. त्या विचारांनी एक अवर्णनीय आमोद प्रत्ययास येऊ लागला आणि माझा 'माझ्याशी' संवाद सुरू झाला. जस-जसा या आत्मसंवादात सुस्पष्टता येत गेली, तस-तसा माझा हा विश्वास दृढ होत गेला की, परिपूर्ण जीवनाच्या संदर्भातील तत्त्वांचे हे रहस्योद्‌घाटन भगवंतांनी केवळ अर्जुनासाठी केलेले नसून गीतेच्या अशा सर्व अभ्यासूंसाठी पण केलेले आहे, ज्यांना असे वाटते की, त्यांच्या परमदैवताने हे त्यांचेसाठी देखील प्रदान केलेले आहे.

गीतेमधील हे ज्ञान आजच्या आधुनिक काळातसुद्धा प्रत्येकाच्या जीवनात उपयोगी पडणारे आहे, असे जगभरातील अनेक महान ज्ञानी, विचारवंत, शास्त्रज्ञ आणि आध्यात्मिक अधिकारी व्यक्तीचे म्हणणे आहे.

आधुनिक काळातील आधुनिक मानवाच्या तथाकथित आधुनिक समस्या निवारणासाठी देखील या ज्ञानाचा उपयोग होतो.

त्या एका क्षणी मला प्रकर्षाने जाणवले की हा उपदेह, हे ज्ञानदान करीत असताना भगवान श्रीकृष्णांसमोर केवळ एकटा अर्जुन नक्कीच नसावा, आणि मग मला हे नक्की उमगले की, ते सर्वांचे भगवंत असल्याने या पृथ्वीतलावरील प्रत्येक आत्म्यांस त्या आत्म्याचे आतील चैत्यपुरुषद्वारे मार्गदर्शन करीत आहेत.

प्रत्येक व्यक्तीचे अनुभव, भविष्यातील गरजांविषयीची जाण, मानसिकता आणि तात्त्विक संकल्पना या वेगवेगळ्या असतात. प्रत्येकास असे वाटत असते की, या जीवनपथावर मार्गक्रमण करीत असताना असा एक सांगाती माझ्या सवे असावा/आहे जो मला वेळोवेळी हे शिकवतो की, प्रत्येक समस्येच्या वेळी मनात उद्‌भवणाऱ्या विविध आवर्तनांकडे पाहण्याची सुयोग्य वैचारिक बैठक कोणती असावी; हे सुद्धा त्या-त्या वेळच्या देश, काल आणि परिस्थिती अनुसार.

माझा असा विश्वास आहे की, आपणा सर्वांस प्रिय असलेले भगवान श्रीकृष्ण हे अठरावा अध्यायानंतर थांबले नसून या एकोणविसाव्या अध्यायाद्वारे संपूर्ण मानववंशाला आणि वैयक्तिक व्यक्तीला वैश्विक ज्ञानाविषयीची तत्त्वे उलगडून सांगत आहेत.

भगवंतांचे अखिल मानवतेप्रती असलेले प्रेम तर पाहा! ''एक ग्रंथ एक शिकवण सर्वांसाठी'' यासारख्या प्रचलित संकल्पनेमुळे निर्माण होणारे भ्रम टाळून त्यांनी हा एकोणविसावा अध्याय जणू प्रत्येकासाठी वेगवेगळा तयार केलेला आहे.

मला माझ्या या विश्वासाची पुष्टी हवी होती. दुसरे दिवशी पहाटे साडेचार वाजता आम्ही जेव्हा फिरायला गेलो होतो, तेव्हा मी अचानकपणे सुश्रुत आणि अवंतीला प्रश्न केला, ''गीतेचा एकोणविसावा अध्याय देखील आहे हे तुम्हास ठाऊक आहे का?''

ती दोघे जरा गोंधळून गेली आणि डोकी खाजवू लागली. ती दोघे

आपसांत काही कुजबुजत होती. मी म्हणालो, ''अगदी योग्य! या विचारास पुढे न्या अजून!'' यावर मग श्रीगुरुपौर्णिमेच्या पावनदिनी सकाळच्या आठ वाजताच्या बैठकीमध्ये विस्तृत चर्चा घडली. मिदमच्या सदस्यांना त्याच दिवशी एकोणविसाव्या अध्यायाच्या या कल्पनेविषयी कळविले आणि प्रत्येकास या विषयीच्या त्यांच्या-त्यांच्या अनुभवांना शब्दरूप देण्यास सांगितले.

आनंदाची आणि आश्चर्याची बाब म्हणजे त्यांच्या अनुभव कथनाद्वारे जणू भगवान श्रीकृष्णांनी माझ्या या विश्वासावर शिक्कामोर्तब केले! आणि मग ''सह नाववतु सह नौ भुनक्तु'' उक्तीला अनुसरून इतर साधक आणि मिदम कुटुंबीयांसह याचा आनंद घेतला.

अशा रीतीने याला पुस्तकाचे रूप लाभले. ''सत्यम्, ऋतं, बृहत्'' ज्याची कक्षा सदोदित विस्तारत आहे अशा सत्यास अनुसरत अन्य अनेक साधकांचे 'गीतेचा एकोणविसावा अध्याय' याविषयीचे अनुभव यात जोडले. असा अध्याय जो भगवंत स्वतः प्रत्येकास प्रत्येक क्षणी कथन करीत असतो!

आपला अंतरात्मा म्हणजे कृष्ण आहे आणि आपल्यात चालणारा संवाद हाच १९वा अध्याय आहे. तो केवळ अर्जुनाशी संवाद करून थांबला नाही, तर प्रत्येक व्यक्तीसोबत तो संवाद करत आहे. हाच खरा १९वा अध्याय आहे.

भगवान श्रीकृष्णास हृदयपूर्वक नमन!ॐ शान्ति.

मधुसूदन र. दामले

संस्थापक संचालक,

मिदम फौंडेशन व

के. व्ही. एम. लॅबरेटोरीज्